தோரணத்து மாவிலைகள்

## கிழக்கு பதிப்பக வெளியீடுகளாக சுஜாதாவின் புத்தகங்கள்

மீண்டும் ஜீனோ
நிறமற்ற வானவில்
நில்லுங்கள் ராஜாவே
தீண்டும் இன்பம்
ஆஸ்டின் இல்லம்
அனிதாவின் காதல்கள்
நைலான் கயிறு
24 ரூபாய் தீவு
அனிதா இளம் மனைவி
கொலை அரங்கம்
கமிஷனருக்கு கடிதம்
அப்ஸரா
பாரதி இருந்த வீடு
மெரீனா
ஆர்யபட்டா
என் இனிய இயந்திரா
காயத்ரி
ப்ரியா
தங்க முடிச்சு
எதையும் ஒருமுறை
ஊஞ்சல்
ஓரிரவில் ஒரு ரயிலில்
மீண்டும் ஒரு குற்றம்
விக்ரம்
ஆ..!
நில், கவனி, தாக்கு!
வாய்மையே சில சமயம் வெல்லும்
வசந்த காலக் குற்றங்கள்
சிவந்த கைகள்
ஒரே ஒரு துரோகம்
இன்னும் ஒரு பெண்
6961
ஜோதி
மாயா
ரோஜா
ஓடாதே
மேற்கே ஒரு குற்றம்
விபரீதக் கோட்பாடு
ஐந்தாவது அத்தியாயம்
மலை மாளிகை
விடிவதற்குள் வா
மூன்று நாள் சொர்க்கம்
பத்து செகண்ட் முத்தம்
கம்ப்யூட்டர் கிராமம்
இளமையில் கொல்
மேகத்தை துரத்தியவன்
ஒரு நடுப்பகல் மரணம்
நகரம்
இதன் பெயரும் கொலை
மண்மகன்
தப்பித்தால் தப்பில்லை
விழுந்த நட்சத்திரம்
முதல் நாடகம்
ஆட்டக்காரன்
ஜன்னல் மலர்
என்றாவது ஒரு நாள்
வைரங்கள்
மேலும் ஒரு குற்றம்
சொர்க்கத் தீவு
கனவுத் தொழிற்சாலை
ஆயிரத்தில் இருவர்
பதினாலு நாட்கள்
உள்ளம் துறந்தவன்
பிரிவோம் சந்திப்போம்
கரையெல்லாம் செண்பகப்பூ
இரண்டாவது காதல் கதை
நிர்வாண நகரம்
குருபிரசாதின் கடைசி தினம்
இருள் வரும் நேரம்
திசை கண்டேன் வான் கண்டேன்
ஆழ்வார்கள் - ஓர் எளிய அறிமுகம்
தேடாதே
விருப்பமில்லாத் திருப்பங்கள்
கை
விரும்பிச் சொன்ன பொய்கள்
ஆதலினால் காதல் செய்வீர்
நூற்றாண்டின் இறுதியில் சில சிந்தனைகள்
அப்பா, அன்புள்ள அப்பா
மிஸ். தமிழ்த்தாயே, நமஸ்காரம்!
சிறு சிறுகதைகள்
வாரம் ஒரு பாசுரம்
வானத்தில் ஒரு மௌனத்தாரகை
கடவுள் வந்திருந்தார்
அனுமதி
ஓலைப் பட்டாசு
சேகர், சிங்கமய்யங்கார் பேரன்
கம்ப்யூட்டரே ஒரு கதை சொல்லு
டாக்டர் நரேந்திரனின் வினோத வழக்கு
நிஜத்தைத் தேடி
பாதி ராஜ்யம்
சில வித்தியாசங்கள்
21ம் விளிம்பு
சின்னச் சின்னக் கட்டுரைகள்
ஜீனோம்
கற்பனைக்கும் அப்பால்
மனைவி கிடைத்தாள்
மத்யமர்
ஓரிரு எண்ணங்கள்
ரயில் புன்னகை
தோரணத்து மாவிலைகள்
விவாதங்கள் விமர்சனங்கள்

# தோரணத்து மாவிலைகள்

சுஜாதா

கிழக்கு

தோரணத்து மாவிலைகள்
Thoranathu Mavilaigal
by *Sujatha*
Sujatha Rangarajan ©

First Edition: April 2017
168 Pages
Printed in India.

ISBN 978-81-8493-728-2
Kizhakku - 985

Kizhakku Pathippagam
177/103, First Floor,
Ambal's Building, Lloyds Road,
Royapettah, Chennai - 600 014.
Ph: +91-44-4200-9603
Email : support@nhm.in
Website : www.nhm.in

kizhakkupathippagam
kizhakku_nhm

Kizhakku Pathippagam is an imprint of New Horizon Media Private Limited.

This book is sold subject to the condition that it shall not, by way of trade or otherwise, be lent, resold, hired out, or otherwise circulated without the publisher's prior written consent in any form of binding or cover other than that in which it is published and without a similar condition including this the rights under copyright reserved above, no part of this publication may be reproduced, stored in or introduced into a retrieval system, or transmitted in any form or by any means (electronic, mechanical, photocopying, recording or otherwise), without the prior written permission of both the copyright owner and the above-mentioned publisher of this book.

## உள்ளே

1. தோரணத்து மாவிலைகள் / 7
2. நேர்காணல் / 18
3. காலச்சுவடு / 37
4. பூர்ணமும் நானும்... / 44
5. புதுமைப்பித்தன் படைப்புகள் / 50
6. திசைகளின் நடுவே / 55
7. என்றுமுள தமிழும் இன்று உள்ள தமிழும் / 61
8. ஆதம்பூர்காரர்கள் / 65
9. கூனன் தோப்பு / 69
10. நேற்றிருந்தோம் அந்த வீட்டினிலே / 75
11. வீரப்ப மொய்லி - சுஜாதா உரையாடல் / 80
12. பெங்களூர் - ஒரு கையேடு / 89
13. திருமழிசையாழ்வாரின் பாசுரங்கள் / 95
14. அன்று / 98
15. கடவுள்களின் பள்ளத்தாக்கு! / 104
16. காதல் என்பது... / 112
17. நிஜ சுஜாதா / 121
18. கொஞ்சம் விளையாட்டாக / 123
19. இன்டர்வியூ / 125
20. இந்த ஒரு புத்தகம் போதுமே! / 128
21. புதிய எழுத்தாளர்களுக்கு 11 யோசனைகள் / 131
22. கொஞ்சம் விஞ்ஞானம் / 133
23. கன்னட சினிமா / 135
24. சுத்த சைவம் / 137
25. இரண்டு கேள்விகள் / 139
26. கம்பராமாயணம் / 141
27. பாரதிதாசனும் தந்தை பெரியாரும் / 150
28. கார்த்திகேயன் / 161

# 1

## தோரணத்து மாவிலைகள்

என்னைப் பலர் கேட்கிறார்கள்: 'இத்தனை நாட்களாக மாய்ந்து மாய்ந்து எழுதுகிறாய். அதற்கு எதாவது சாகித்திய அகாதமி பரிசு, ராஜராஜன் விருது, ஏதாவது அறக்கொடை, ஏன் சின்னதாக நோபல் பரிசு அல்லது நாகாலண்டு, ராஜலக்ஷ்மி... எந்தப் பரிசும் கிடைக்கவில்லையா?' என்று. பத்திரிகைகளில் கேள்வி பதில் எழுத, அவ்வப்போது சம்மதித்த போதெல்லாம் முதல் கேள்வியும் இஃதே.

இப்படிக் கேட்பவர்களின் நோக்கம், நான் பெரிசாகப் பரிசு பெறணும் என்கிற விருப்பமல்ல. சும்மா உசுப்பி விடலாமே, பரிசு வாங்கியவர்களைத் திட்டுகிறானா பார்க்கலாமே என்பது தான். சுமார் முப்பது வருஷம் எழுத்தாளனாக இருப்பதால், இந்த மாதிரி உள் நோக்கங்கள் எழலாம். பாசாங்குகள் எல்லாம், புன்னகையாலும் முகஸ்துதியாலும் மழுப்பப்படும் துரோகங்கள் எல்லாம் சுலபமாகப் புரிந்து விடுகின்றன. இதைப் பற்றி எழுத்தாளன் பார்வை என்கிறது வரும்போது பின்னால் சொல்கிறேன்.

எனக்குப் பரிசு ஏன் கிடைக்கவில்லை என்று கேட்பவர்களுக் கெல்லாம் மாறாமல் ஒரே பதில் சொல்லி வந்தேன். 'நான் பரிசு களைத் தேடிப் போகவில்லை' என்று. இப்போது 'பரிசா? கிடைத் திருக்கிறதே. அக்னி அமைப்பாளர்கள் தெரியாத்தனமாக ஒரு பரிசு கொடுத்திருக்கிறார்களே!' என்று பதிலை மாற்றிக் கொள்ள வாய்ப்பு கொடுத்த 'அக்னி'க்கு நன்றி சொல்லவில்லை என்றால், ரயில் சார்ஜ் கொடுக்க மாட்டார்கள். எனவே முதற்கண் நன்றி.

நான் பிறந்தது 1935ல். நான் எழுத ஆரம்பித்தது 1940-ல் கோவையில் ஆர்.எஸ். புரத்தில் ஓர் ஆரம்பப் பள்ளியில். என்ன எழுதினேன் என்று யோசித்துப் பார்த்ததில் அவ்வளவு ஒன்றும் இலக்கியத்தரமாக இருந்தாக நினைக்கவில்லை. அணில், ஆடு, படம், பட்டம் என்று எழுதி வந்தேன். இந்தக் குறுகிய ஒக்கபிலேரி, பிற்காலத்தில் என் எழுத்தை எத்தனை பாதித்தது என்று தெரியவில்லை. ஆனால், எழுதச் சொன்ன டீச்சரை ஞாபகம் இருக்கிறது. அந்த மாது என்னை வீட்டிலிருந்து ஆனந்த விகடனும் அம்ருதாஞ்சனமும் கொண்டு வரச் சொல்ல, அப்போதே வெகுஜன தமிழ்ப் பத்திரிகை உலகத்துடன் முதல் பரிச்சயம், அதனால் உண்டானது. ஆனந்த விகடனை 'ஹிந்து' போன்ற மற்ற பத்திரிகைகளிலிருந்து அடையாளம் கண்டு கொள்ள முடிந்தது. டீச்சருக்குக் கொடுப்பதற்காக, நான் படிப்பதற்காக அல்ல..

அந்த நாட்களில் குதிரை வண்டியில் 'ஜகதலப் பிரதாபன்' சென்றதும் பள்ளியில் தாகூர் இறந்து போனதற்கு லீவு விட்டதும் ஞாபகம் இருக்கிறது. மரத்தடியில் சன்னலுக்கு வெளியே தோசைக் கல் மாதிரி ஒரு மணி தொங்கும். அதை அடித்துப் பார்க்க வேண்டும் என்கிற ஆசை வந்து, ஒரு முறை அகாலமாக ஸ்கூல் மணியை அடித்து விட்டு, அதற்கான தண்டனையும் பெற்றிருக்கிறேன்.

அப்போதே என் எழுத்துலக ஆசைகள் வித்திடப்பட்டிருக்க வேண்டும். மற்ற பேர் மணியை அடிக்கும் உத்தேசம், மெல்ல மெல்ல மற்றவர் கதையைச் சொல்லும் விருப்பமாக மாறியிருக்கலாம்.

ஏழு வயசில் பெற்றோரை விட்டு நான் சீரங்கத்துக்கு இடம் பெயர்க்கப்பட்டேன். அப்போது தான் என் முதல் தீவிர எழுத்து தொடங்கியது என்று நினைவு. என் அம்மாவுக்கு நான் எழுதிய கடிதத்தில், பிள்ளையார் கழி க்ஷேமம் பேட்டு 'அம்மாவுக்கு ரங்கராஜன் எழுதியது, இப்பவும் நானும் கிச்சாமியும் நாளைக்கு குமாரசாமியுடன் கோயமுத்தூர் வருகிறோம். அப்பாவிடம் சொல்லி விடவும். இப்படிக்கு எஸ். ரங்கராஜன், தேர்ட் ஏ.'

இந்தக் கடிதத்தில் இலக்கியம் இருந்ததோ இல்லையோ, அந்த நாட்களில், ஏழு வயதுச் சிறுவனாக அம்மாவிடமிருந்து பிரிந்திருந்தது நிச்சயம் என் இலக்கியத்தைப் பாதித்திருக்கவேண்டும்.

லீவுக்குப் போகும் உற்சாகமும் பரபரப்பும், லீவு அசுர வேகத்தில் முடிந்து திரும்ப வருவதற்கு மூன்று நாள் முன்னால் வயிற்றில் அழுத்தும் வேதனையும், அம்மா ஊருக்குப் புறப்படும் முன் எண்ணெய் தேய்த்து விடும்போது வென்னீரோடு கண்ணீர் விட்ட சோகத்தையும்... நான் திரும்பத் திரும்பப் பல கதைகளில் வருணிக்க முயற்சி செய்து, முப்பது வருஷம் கழித்தும் வெற்றி யடையவில்லை.

பிரிவு என்பது ஓர் எழுத்தாளனுக்கு மிக முக்கியமான இன்புட்.

சீரங்கம் கிழக்கு ரங்கா எலிமெண்டரி பள்ளியில் தரையில் உட்கார்ந்து ஸ்லேட்டில் எழுதியதில் சுவாரஸ்யமாக ஏதும் இல்லை. ஆனால், பள்ளிக்குப் பின்னால் இருந்த செல்லாயி கோயிலில் பார்த்த கிடாவெட்டு மறக்க முடியாதது. ஆட்டுக் குட்டியின் மேல் தண்ணீர் கொட்ட, அது சிலிர்த்துக் கொள்ளாமல் விட்டால் விட்டு விடுவார்களாம். 'சாமி! சிலிர்க்காமல் இருக்க வேண்டுமே' என்று பரிதவிக்கும் மனசு. அந்த முட்டாள் ஆடு தண்ணீர் விட்டதும் சிலிர்க்கும். பூசாரி அதன் கழுத்துப் பக்கம் அரிவளைக் கயிற்றில் கோத்து ஒரு நெம்பு நெம்புவான். கடக் என்ற சப்தம் கேட்டு குப் என்று ரத்தம் பொங்க, உடல் துடிக்கும். அந்த ரத்தத்தைக் குடிக்கப் போகிறான் என்று சொல்வதற்குள் ஓடி வந்திருக்கிறேன். 'பார்க்காதே பார்க்காதே' என்று மனம் வற்புறுத்தினாலும், மற்றொரு மனம் 'பார்' என்று சொல்வது எழுத்தாளனுக்குத் தேவையான முக்கியமான குணம்.

இந்த வெட்டு என் மனத்திலிருந்து அழுத்த, அதுதான் நான் எழுதும் 'க்ரைம்' கதைகளுக்கெல்லாம் ஆதாரம் போலத் தோன்றுகிறது. சிறுவன் அல்பிரட் இட்ச்காக்கை அவன் அம்மா ரொம்ப விஷமம் பண்ணினால், தனக்குத் தெரிந்த போலீஸ் கான்ஸ்டபிளிடம் காவல் நிலையத்தில் ஒப்படைத்து விடு வாளாம். அவர் இட்ச்காக்கை ஜெயிலில் போட்டுப் பூட்டி வைக்க, அதுதான் அவர் மனத்தில் பதிந்த, இந்தக் காட்சி - குற்றமற்றவன் ஜெயிலில் அடைக்கப்படும் காட்சி, திரும்பத் திரும்ப அவர் படத்தில் வரும் என்று சொல்வார்கள்.

வீட்டில் இரண்டு பாட்டிகளிடம் வளர்ந்தும், இளமை, செக்ஸ் போன்ற விஷயத்தைத் தயக்கமில்லாமல் எழுத முடிந்தது என்னை யோசிக்க வைக்கிறது. ஒரு வேளை அந்த மாதிரியான கட்டுப்பாடான சூழ்நிலைதான் பிற்காலத்துச் சலுகைகள்

எடுத்துக் கொண்டதற்குக் காரணமாக இருக்கலாம் என்கிற விசாரத்தை, சைக்கியாட்ரிஸ்டுகளுக்கு விட்டு விடலாம். கட்டுக் குடுமியும் சகஸ்ரநாமமுமாக வளர்ந்த என் சீரங்கம் நண்பர்கள். டில்லியில் வேலை கிடைத்ததும் முதலில் பார்பர் ஷாப், அதன் பின் சிகரெட் ஷாப்புக்குப் போவதைக் கவனித்திருக்கிறேன். ரெண்டு கையிலும் சங்கு சக்கரம்போல் சிகரெட் பற்ற வைப்பார்கள்.

ஒரு பாட்டி (அம்மாவின் அம்மா) நல்ல வாசகி. அப்போதெல் லாம் 'ஜகன் மோகினி' பத்திரிகையை மாதா மாதம் என்னைப் படிக்கச் சொல்வாள். 'மதுர கீதம்' என்கிற டைட்டிலும், வை.மு. கோதை நாயகி அம்மாள் ஆசிரியர் பெயரும் ஞாபகம் இருக் கின்றன. மதுர கீதம் கோதை நாயகி அம்மாள் எப்பேர்ப்பட்ட நாவலாசிரியையாக இருந்தாலும் என் எழுத்தைப் பாதித்ததாகச் சொல்ல முடியாது. 'ஜகன் மோகினி'யில் அச்சோ காகிதமோ நீலக் கலரில் இருந்தது. அதன் வாசனையும் அம்பது வருஷம் கழித்தும் என் நியூரான்களில் பதிந்திருக்கிறது. 'காவேரி' என்று கும்பகோணத்தில் இருந்து வரும் பத்திரிகையையும் படிப்பாள்.

என் முதல் கற்பனை எழுத்து பற்றிச் சொல்கிறேன். ஒரு நாற்பது பக்கம் நோட்டுப் புத்தகத்தில், திருமலை அய்யங்கார் என்கிற காரியஸ்தர், தினசரி எங்கள் ஃபேமிலி டிரஸ்டில், தேசாந்திரக் கட்டளைக்காக உணவளிக்கப்பட்டவர் பெயர்கள் எல்லாம் என்னை எழுதச் சொல்வார்.

என் தாத்தா வேத பாடசாலை அமைத்து, தன் உயிலில் தினம் பத்து பிராமணர்களுக்குச் சோறு போட வேண்டும் என்று ஒரு திதி யோனகட்டளை எழுதி விட்டு, அதற்காக அபத்தமாக ஏராளமான அளவு நிலம் வைத்து விட்டுப் பரமபத உத்தேசங்களுடன் செத்துப் போனார். அந்த ட்ரஸ்ட் ப்ராபர்ட்டி இன்றும் அந்த வில்லின்படி, சாப்பிட்டவர்கள் கணக்கைத் தினப்படி எழுத வேண்டும்.

அதற்காக திருமலை என்னிடம் பெயர்கள் சொல்ல, ராமானுஜ ஐயங்கார், கோவிந்தய்யங்கார், கேசவையங்கார் என்று மாற்றி மாற்றி எழுதுவேன்.

'இவாள்ளாம் நிஜமாவே இருக்காளா மாமா?' என்றால், 'கேட்கக் கூடாது' என்பார்.

திருமலைக்குத் தெரிந்த வைஷ்ணவப் பெயர்கள் மொத்தமே சுமார் பதினைந்துதான். அதையே மாற்றி மாறி எழுதிக் கொண் டிருக்க, ஒரு நாள் 'நீயே எழுதிடு' என்று எனக்கு ஆணையிட, அன்றுதான் என் முதல் கற்பனை படைப்பு ஆக்கப்பட்டது. திருமலை திரும்பி வந்து என் பெயர்ப் பட்டியலைப் பார்த்துத் திடுக்கிட்டார். 'என்னடாது அப்துல் ஜப்பார், பரமசிவம், பிலிப்புன்னு கிளாஸ் பசங்க பேர் எல்லாம் எழுதிருக்கே... வைஷ்ணவா பேர்தாண்டா எழுதணும், முட்டாளே!' என்று அந்தப் பக்கத்தைக் கிழித்துப் போட்டு விட்டார்.

இவ்வாறு என் கற்பனை முயற்சி நிராகரிக்கப்பட்டது.

அந்த ட்ரஸ்ட் கேஸ் இன்னும் சுப்ரீம் கோர்ட்டில் நடந்து கொண்டிருக்கிறது. யாரோ சம்பாதித்து, யாருக்கோ போய், டாஸ்டாய்வஸ்கியின் சிறு கதை போல் வெற்றிக்கும் தோல்விக் கும் அர்த்தமற்றுப் போய், தலைமுறை தலைமுறையாக இந்தக் கேஸ் நடந்து கொண்டிருப்பதற்குக் காரணம், என் தாத்தாவின் சிக்கலான உயில். இதில் லாபப்பட்டவர்கள் வக்கீல்கள்தான். ஒரு குடும்பம் சிதற, மற்றொரு குடும்பம் தழைக்க முழு நாவலுக்குரிய சமாசாரமே இருக்கிறது. என் குடும்பம் என்பதால் அதை எழுதவில்லை. ஆனால், இதன் தனிப்பட்ட துளிகள், அங்கங்கள் என் பல கதைகளில் சிதறியுள்ளன. மேலும் தாத்தா வின் சிக்கலான உயில் எழுதும் திறமை என் சிக்கலான துப்பறி யும் கதைகளில் தென்படலாம். பொய்ப் பெயர்கள் எழுதத் துவங்கி, பொய்க் கதைகள் எழுத அஸ்திவாரம் கிடைத்தது என்றும் சொல்லலாம்.

அந்த நாட்களில் நான் மற்ற பையன்களால் லேசாக நிராகரிக்கப் பட்டதும் என் எழுத்துக்கு ஒருவாறான ஆதாரம் என்று சொல்ல லாம். எந்த ஆட்டத்திலும் எனக்கு என் அண்ணன் போலத் திறமை இல்லை. அவன் கிரிக்கெட் நன்கு ஆடுவான்; பம்பரம் நன்றாக ஆடுவான். தீபாவளியில் தெள்ளு குண்டு ஆட்டத்தில் விற் பன்னன். என்னைக் கிரிக்கெட்டில் 11வதாக அனுப்புவார்கள். ஃபீல்டில் விக்கெட் கீப்பருக்குப் பின்னால் Long Stop என்றொரு இடம். பம்பரத்தில் தலையாரி விளையாட்டில் என் பம்பரத்தைச் சொறி நாய் மாதிரி குத்தி விடுவார்கள். 'குச்சி ப்ளே' என்ற ஒரு ஆட்டம். யாரோ ஒரு Masochist கண்டுபிடித்தது. தெற்கு வாசல் வரை என் குச்சியைத் தள்ளிக் கொண்டு போய், அங்கிருந்து நொண்டச் சொல்வார்கள். இள வயது விளையாட்டுக்களில்

மௌனமாக நிறைய அழுதிருக்கிறேன். இழந்து போன பந்துகளைத் தேடி வரவும், இழந்து போன பட்டங்களைத் துரத்தவும் பயன்படுத்தப்பட்டேன். இந்த நிராகரிப்பும் ஓர் எழுத்தாளனுக்குத் தேவை எனப்படுகிறது.

நடுநிலைப் பள்ளி, உயர்நிலைப் பள்ளி நாட்களில் என் அண்ணன் கவிதை எழுதுவான். அப்போது எனக்கு எழுத்தில் நாட்டமில்லா மல், படம் வரைந்து தள்ளுவேன். படம் வரைய வேண்டும் என்கிற தப்பாரம்பம், பெரும்பான்மையான எழுத்தாளர்களுக்கு இருந்திருக்கிறது. சிலர் இன்னும் அதைப் பிடிவாதமாக வைத்துக் கொண்டு கிறுக்கிக் கொண்டிருக்கிறார்கள். படம் வரையும் ஆசையால் நான் திருச்சி கோட்டைக்கருகில் வெங்கடா லாட்ஜுக்கு எதிரே விளம்பரப் போர்டுகள் எழுதுபவரிடம் படம் வரையச் சொல்லித் தருமாறு கேட்டிருக்கிறேன். அந்தக் கலைஞர் என்னை ஏற இறங்கப் பார்த்து விட்டு, 'முதல்ல டிராயரை சரியாப் போட்டுக்க' என்று சொல்லி அனுப்பினார்.

அதன்பின் சில நாட்கள், 'புல்புல்தாரா' கற்றுக் கொள்ள முயற்சி, புல்புல்தாரா உள் மன வெளிப்பாட்டுக்கு ஏற்ற சாதனமில்லை என்று கைவிட்டு, பின்னர் தென்றல் என்கிற கையெழுத்துப் பத்திரிகைக்கு ஆஸ்தான படக்காரனாக இருந்தபோது, அவ்வப் போது சில பக்கங்கள். செல்லப்பா வீரராகவன் போன்றவர்களின் படைப்புகள் வந்து சேராததால், படம் வரைவதுடன் கவிதை எழுத ஆரம்பித்தேன். வல்லபபாய் படேல் பற்றி அறுசீர் விருத்தம் எழுதி, அது தென்றலில் பிரசுரமாக, கீழச் சித்திரை வீதியில் பரபரப்பை ஏற்படுத்தியது என்று சொல்ல முடியா விட்டாலும் அதை எழுதியவர் மனத்தில் மறக்க முடியாத நினைவாக இருக்கிறது. வாசகங்கள் ஞாபகமில்லை.

அதன்பின் 'கள்வர் தலைவன்' என்கிற தொடர்கதை எழுதினேன். அதுவும் அதன் ஆசிரியரின் பாராட்டை மட்டும் பெற்றது. என் றால், அந்தப் பிரதியை வேறு யாரும் படிக்கவில்லை. கிரிக்கெட் சீஸன் வந்து விட்டது. இந்தக் கையெழுத்துப் பத்திரிகை மோகம் எல்லா எழுத்தாளர்களின் வளர்ச்சிக் கட்டங்களிலும் முக்கிய மான ஒன்று. இதை சீக்கிரமே அணைக்க வேண்டும். இல்லை யேல் அது பெரியவனானப்புறம் கைக்காசைச் செலவழித்துப் பெண்டாட்டி நகைகளை அடகு வைத்து, சொந்தத்தில் புத்தகம் போடும் அளவுக்கு விபரீதமாக விரிந்து விடும். எப்படியோ நான் அந்த அபாயத்தில் இருந்து தப்பித்து விட்டேன்.

படம் போட்டு, பிச்சை என்கிற நல்ல கையெழுத்துக்காரனை எழுத வைத்து, வாசகனுக்காகக் காத்திருந்து, அவன் டிபன் சாப்பிட்டு விட்டு, வாயைத் துடைத்துக் கொண்டு வெளியே வந்ததும், அவன் கையில் கொடுத்து அவனைத் திண்ணையில் உட்கார வைத்துப் படிக்க வைத்து, தோள் அருகில் நானும் படித்து, அவன் முடித்ததும், 'எப்படிரா இருக்கு?' என்று அபிப்பிராயம் கேட்க, அவன் 'இந்தக் கதையை எங்கேயோ படிச்ச மாதிரி இருக்கே' என்றோ, 'உன் மூஞ்சி மாதிரி இருக்கு' என்றோ சொல்லி விட்டு ஓட, இதை மதிக்காமல் மற்றொரு நண்பனை மற்றொரு திண்ணையில் மடக்கும் உத்தேசத்துடன் புறப்படுவேன்.

இதில் ஆதாரமான சங்கதி என்னவென்றால், நான் முதல் முதலாக விமர்சனங்களைத் தாங்கும் சக்தி பெற்றேன். நான் எழுதியதை மற்றவன் படிக்கிறான் என்பதே ஆதாரமான சந்தோஷம். இந்த மற்றவன் மற்றவர்களாகி, பல்கிப் பெருக வைப்பதுதான் எழுத்தின் உத்தேசம். அப்டைக் சொன்னபடி எழுத்து என்பது தனக்குள் பேசிக் கொள்வது! அதிர்ஷ்டமிருந்தால் ஒத்த மனதுடையவர்களுடன் அதன் மூலம் பேச முடியும்.

வீட்டில் ஏற்பட்ட விரோதத்தினால் நான் பாட்டிகள் மாறினேன். அதாவது அம்மாவைப் பெற்ற பாட்டியிடம் வளர்வதிலிருந்து அப்பாவைப் பெற்ற பாட்டியிடம் சுமார் பதிமூன்று வயசில் மாற்றப்பட்டேன். பதிமூன்று வீடு தள்ளி! இருந்தும், அந்த ஜகன் மோகினிப் பாட்டியின் வீட்டுக்கு அடிக்கடி போய் வருவேன். என் சித்திக்கு ஒரு பெண் குழந்தை இருந்தது. பெயர் விஜி. கொஞ்சம் கறுப்பாக பெரிய விழிகளுடன் வாய் ஓயாமல் பேசும். சுமார் மூன்று வயது குழந்தை. அதை எடுத்துக் கொண்ட சாயங் காலம் கொஞ்ச நேரம் அதனுடன் பேசிக் கொண்டிருப்பேன். '...சித்தப்பா, இன்று பஜ்ஜி பண்ணிருக்கா, சாப்பிட்டுப் போ!' என்று சொல்லும்.

ஒரு நாள் காலை போன போது, பாட்டி விஜியை மடியில் வைத்துக் கொண்டு அழுது கொண்டிருந்தாள். விஜி செத்துப் போய் விட்டது.

ஒரு சிறு குழந்தையை வாழை இலையில் வைத்து மண்ணில் புதைத்த காட்சி என் மனத்தில் மிக ஆழமாகப் பதிந்தது. இந்தக் காட்சியை நான் பல விதங்களில் என் கதைகளில் திரும்ப

வாழ்ந்திருக்கிறேன். ஏதாவது ஒரு சந்தர்ப்பத்தில் இதன் நிழல் என்னைத் தொடர்ந்து கொண்டே இருக்கிறது. ஒரு எழுத் தாளனுக்குத் துக்கமும், மரணத்துடன் எதிர்பாராத சந்திப்பும் முக்கியம் என்று சொல்வேன்.

அதேபோல் நான் மிகச் சிறுவனாக இருந்தபோது எனக்கு அடுத்துப் பிறந்த பெண் குழந்தை, கைக்குழந்தையாக அப்பா அம்மாவுடன் ரெயிலில் போகும்போது இறந்து போயிருக்கிறது. எனக்கு ஞாபகமில்லை. அந்தச் சம்பவத்தை அம்மா எனக்குச் சொல்லியிருக்கிறாள். அதன் தீவிரம் என்னை அதிகம் தாக்க வில்லை. அப்பா தலையைப் பிடித்துக் கொண்டு உட்கார்ந்திருந்த காட்சி மட்டும் ஞாபகம் இருக்கிறது.

தங்கையில்லாத குறையை நான் வத்ஸலா என்கிற தங்கையைச் சிருஷ்டித்து என் கதைகளில் அவ்வப்போது பயன்படுத்தி யுள்ளேன். நல்ல வேளை அந்தச் சம்பவம் நினைவில் இருந்தால், ஒரு வேளை காஃப்கா மாதிரி கதைகள் எழுதியிருப்பேனோ என்னவோ!

புதிய பாட்டி ரொம்பக் கட்டுப்பாடான பாட்டி. என் நண்பர்களை யும் நான் படிக்கும் புத்தகங்களையும் 'சென்ஸார்' செய்வாள். பத்திரிகை படிக்க வேண்டும் என்றால், ஒரு பத்திரிகைக்குத்தான் அனுமதி. அது கல்கி பத்திரிகை. அதில் டி.கே.சியின் கம்ப ராமாயணம் வந்ததால் அதை அனுமதித்தாள். அப்போது அதில் அலை ஓசையும் வந்து கொண்டிருந்தது. வடக்கு வாசலுக்குப் போய் சின்னராஜு கடையில் வாங்க, அதை வீட்டுக்கு வருவதற்குள் படித்து முடித்து விடுவேன். கல்கியின் எழுத்துக்கள் அந்த நாட்களில் என்னை அப்படி ஆக்கிரமித்தன.

இப்போது கல்கியின் கதைகளைப் படிக்கும்போது அத்தனை ஈடுபாடு ஏற்படவில்லை. காரணம் கல்கி மாறவில்லை; நான் மாறி விட்டேன். இருந்தும் கல்கி எழுதிய சினிமா விமர்சனம், சங்கீத விமர்சனம், சரித்திரம், சோலை மலை இளவரசி, மோகினித் தீவு போன்ற (Science Fiction) தீற்றல்கள் கொண்ட கதைகள், ஹாஸ்யம், ஒற்றை ரோஜா, பொய்மான் கரடு போன்ற குறு நாவல்கள் எல்லாவற்றிலும் இருந்த versatality உணர்ந்த எனக்கு கல்கி ஒரு role model ஆக இருந்திருக்கலாம்.

பாட்டி இருபத்தோரு வயசில் விதவையாகி, மூன்று பிள்ளை களையும், ஒரு பெண்ணையும் வளர்த்தவள். எப்போதாவது தன்

விதவை வாழ்க்கையைப் பற்றி, 'அவாள்ளாம் சினிமாக்குப் போவா. நான் உக்கிராண உள்ளிலிருந்து வேடிக்கை பார்த்துண்டு இருப்பேன்!'ன்னு விசிறியால், விசிறிக் கொண்டே சொல்வாள். வருத்தம் ஏதும் இருக்காது அவளுக்கு. பரமபதம் செல்வதைப் பற்றியும் சத் விஷயங்களைப் பற்றியும் அதிகம் குழப்பம் இருந்தது. மணி ஆர்டரில் 'ருக்குமணி அம்மாள் என்கிற கோதை அம்மாள்' என்று கையெழுத்துப் போடுவதுடன் அவளுடைய எழுத்து முயற்சிகள் நின்று போய் விட்டாலும் அரையர் சீமாச்சனைக் கூப்பிட்டு, 'சந்தை' சொல்வாள். நாலாயிர திவ்விய பிரபந்தம். 'வாராரும் முலை மடவாள் பின்னைக்கா', 'கொத்தலர் பூங்குழல் நப்பின்னை கொங்கை மேல் வைத்துக் கிடந்த மலர் மார்பா' போன்ற வரிகளின் மெலிதான 'ஸென்ஷுவாலிட்டி' அறுபது வயசுப் பாட்டியும், காற்றால் அடித்தால் ஒடிந்து விழும் அரையரும் ராகம் போட்டுப் பாடியது என் பிற்கால கதைகளைப் பாதித்திருக்கும் என்று தோன்றவில்லை. ஆனால், என் கதைகளில் அங்கங்கே சிற்சில கொங்கைகள் வருவது நிஜமே. அதைவிட நான் வளர்ந்த பிரபந்தச் சூழ்நிலையைக் கவனிக்க வேண்டும்.

திரும்பத் திரும்பப் பாடப்பட்ட அந்த வரிகளின் வசீகரம், அப்போது புலப்படாவிட்டாலும் பல பாடல்கள் எனக்கு மனப்பாடமாகி விட்டன. 'காலை எழுந்திருந்து கரிய குருவிக் கணங்கள் மாலின் வரவு சொல்லி மருள் பாடுதல் மெய்மை கொலோ' போன்ற அற்புதமான வரிகள் அப்போது தினம் எனக்குப் படித்துக் காட்டப்பட்டிருக்கின்றன. அது தமிழ்ப் பாடல்களில் ஒரு ப்ரேமையாக பிற்காலத்தில் மாறியது.

எஸ்.எஸ்.எல்.சி. காலகட்டத்தில்தான் தி. ஜானகிராமன் படித்தேன். லா.ச.ரா.வின் புற்று என்கிற கதையை ஜனனி என்கிற தொகுதியில் படித்த ஞாபகம் இருக்கிறது. குத்து விளக்கில் சிகரெட் பற்ற வைக்கும் இளைஞனும், ஜனனி முன்னுரையில் லா.ச.ரா. பீங்கான் சக்கரங்களில் தேர் என்கிற பிரயோகமும் நினைவிருக்கின்றன. அந்தக் காலகட்டத்தில் லா.ச.ரா பல பேரைப் பாதித்தது சத்தியம்.

காலேஜ் போனதும் இண்டர்மீடியட்டில் ஐயம்பெருமாள் கோனாரின் தமிழ்ப் பாடங்களும், பி.எஸ்.ஸி.யில் ஆக்ஸ்போர்டு ஆங்கிலச் சிறுகதைகள் எனக்குப் பாடப் புத்தகமாக வைத்திருந்த அதிர்ஷ்டமும், அதைச் சொல்லிக் கொடுத்த ஜோஸப்

சின்னப்பாவும், சிவாஜியில் நான் எழுதிய கதை பிரசுரமான போது, திருச்சி மெயின்கார்டு கேட்டில் கின்னர கிம்புருடர்கள் ஒலித்ததும்... அதன்பின் நடந்ததெல்லாம் மற்ற கட்டுரைகளாக எழுதி விட்டேன்.

இந்தக் கட்டுரைகளைப் படித்தவர்களுக்கு நீண்ட ஆயுளும் கிழக்குத் திசையிலிருந்து லாபங்களும், சுக்கிரன் பார்ப்பதால் மரச் சாமான்கள் போன்றவை செய்வதில் ஈடுபாடும் ஏற்படும். எழுத்தாளனாகிய ஃபார்மேட்டிவ் வருஷங்களைத்தான் சொல்லியிருக்கிறேன்.

ஃப்ராய்டு சொன்ன முக்கியமான கருத்து, சிறு வயதில் நிகழும் அதிர்ச்சியான சம்பவங்கள் பெரியவனானதும் உலகைப் பார்க்கும் முறையைப் பாதிக்கிறது.

என் சிறு வயதில் நிகழ்ந்த சம்பவங்கள் பல என்னைப் பாதித்திருக்க வேண்டும். கொள்ளிடம் பாலத்தடியில் பார்த்த தலையில்லாத தற்கொலை உடல். எதற்காகக் கோவணம் மட்டும் கட்டியிருந்தான் என்பது இன்னும் வியப்பு. சித்திரைத் தேர் மண்டபத்தில் எங்களை எல்லாம் கூட்டி வைத்து ஆண்டாள் பாசுரங்களை ரசித்த ராசி என்னும் எழுத்தாளர் தற்கொலை. பங்குனி மாத கோபுரத்தின் வௌவால் நாற்றம். மரத்தில் கெட்ட காரியம் செய்யும் மைதுனச் சிற்பங்கள். ஜீயர் இறந்து போன போது, அவரை உட்கார்த்தி வைத்து மண்டை மேல் தேங்காய் உடைத்துக் கபால மோட்சம். கொள்ளிடக் கரையில் இருட்டு வேளையில் நாணல் புதரில் கொள்ளி வாய்ப் பிசாசு. அது அப்புறம் வெறும் ஹைட்ரஜன் ஸல்ஃபைட் என்று தெரிந்தது. ஆல் இண்டியா ரேடியோவில் ‘மண்ணச்ச நல்லூர் சிறுவர் சங்கம்’ என்கிற ஒரு வார்த்தை வாசித்ததற்காக ரேடியோ அண்ணாவிட மிருந்து பெற்ற கதர்த் துண்டு.

இந்த அனுபவங்களை எல்லாம் இப்போது உன்னிப்பாகப் பார்க்கும்போது, நான் எழுதின கதைகளில் விஞ்ஞான, சமூகக் கதைகளில் அங்கங்கே சிதறியிருப்பதையும், வேறு வடிவமோ விஸ்தாரமோ பெற்றிருப்பதையும் கவனிக்க முடிகிறது.

இந்த மாதிரி அனுபவங்கள் எனக்குத் தனிப்பட்டது என்று நான் சொல்ல மாட்டேன். இந்தக் கூட்டத்தில் இருக்கும் அனைவரிட மும் பக்கத்தில் வந்து விசாரித்தால். விதி விலக்கில்லாமல்

இவைகளுக்குச் சமானமான அனுபவங்கள் சொல்வீர்கள். பின் ஏன் இந்த ஹாலில் உள்ளவர்கள் அத்தனை பேரும் (நல்ல வேளை) எழுத்தாளர்களாகவில்லை?

இதற்குக் காரணமாக நான் சின்னதாக ஒரு சித்தாந்தம் யோசித்து வைத்திருக்கிறேன். அனுபவங்கள் அதே போல் இருந்தாலும், அவை நம் மனசைப் பாதிப்பதில் வேறுபாடுகள் நிச்சயம் இருக் கின்றன. ஒரே அனுபவம் வெவ்வேறு மனிதர்களை வெவ்வேறு விதத்தில் பதிக்கிறது. உதாரணமாக, நான் ஆரம்பத்தில் சொன்ன கிடாவெட்டு. அதை என்னுடன் பார்த்த சந்தானம் என்கிற என் நண்பன் ஐ.ஏ.எஸ். பண்ணி ரெயிலில் நிதித் துறையில் பெரிய ஆபீசராகி, அமெரிக்கா, ஆப்பிரிக்காவெல்லாம் போய் ஜெயித்து வந்தான்.

மாணிக்கவாசகர் காலத்தில் வாழ்ந்த பஸ்வேஸ்வரரும் ஒரு கிடாவெட்டைப் பார்த்தார். அதை ஒரு வசனமாக எழுதி யிருக்கிறார்:

'பண்டிகைக்குத் தந்த பலியாட்டுக் குட்டி
தோரணத்து மாவிலையை மெல்கிறது!'

இதோ கொல்லப் போகிறார்கள் என்பதை அறியாத ஜன்மம்!

பஸ்வேஸ்வரரின் ஜீனியஸ் இந்த வசனத்தில் கடைசி அடியில்தான் இருக்கிறது.

'கொல்கிறவர்களும் பிழைப்பார்களோ?
கூடல சங்கம தேவா' என்கிறார்!

பஸ்வேஸ்வரரும் அந்தக் கிடாவட்டைப் பார்த்தார். அவர் மிகப் பெரிய மதச் சீர்திருத்தவாதியானார்.

'பேக்கு மாதிரி பார்க்காதே பார்க்காதே' என்று உள் மன எச்சரிக்கையையும் மீறிப் பார்த்துக் கொண்டிருந்த நான் எழுத்தாளனானேன்!

***('அக்னி' அமைப்பு விருதளித்தபோது அதை ஏற்றுக் கொண்டு சுஜாதா ஆற்றிய உரை)***

# 2

## நேர்காணல்

சொன்ன நேரத்துக்கு இருபது நிமிடம் தாமதமாகக் களைத்துப் போன உடலுடன், கலைந்த கிராப்புடன் எங்களைக் காண பொத்தென்று சோபாவில் அவர் விழுந்ததும், இவரிடமிருந்து எப்படி பதில்களை வாங்க முடியும் என எண்ணிக் கொண்டிருந்த எங்களுக்கு உரத்த குரலில் பதினெட்டு வயது பையனின் உற்சாகத்துடன் (அவர் பிறந்தது 1935ல்) பதில் தந்ததும் உணர்ச்சி வசப்படாமல், 'தான்' என்ற அகங்காரத்திற்கு ஆளாகாமல், அவர் பேசிக் கொண்டிருந்ததும் 'சுஜாதா' இன்றைய நாளின் பிரதிநிதி என்பதும் இன்னும் எத்தனையோ வருஷத்திற்கு அவரிடம் சொல்ல நிறைய இருக்கிறது என்ற தீர்மானமும்தான் மேலோங்கி நின்றன.

ஸ்ரீரங்கத்தின் குறும்புக்காரப் பையனாகப் புறப்பட்டு கல்லூரி முடித்து விஞ்ஞானி ஆகி, திடீரென்று இலக்கியத்தில் குதித்து 'இவர் கோமாளியா... கதை விடுகிறவரா அல்லது புதிய இலக்கியம் படைக்கும் பேனாக்காரரா' என விமரிசகர்களால் வகுப்புப் பிரிக்க முடியாமல் ஓயாமல் ஒழியாமல் எழுதிக் கொண்டிருக்கிறவர். சீரிய இலக்கியப் பத்திரிகைகளாயினும் சரி, 'சீடை முறுக்கு' பத்திரிகையானாலும் சரி என் எழுத்து இருக்கும் என்று இறுமாந்து கூறுபவர். 'பாப்புலராக இருப்பதாலேயே விமரிசகர்களால் ஓரம் கட்டப்பட்டு விட்டேன்' என்று கூறும் இவரை ஜாலஹள்ளியில் உள்ள (உட்லண்ட்ஸ் ஓட்டலிலிருந்து போகிறோம் போகிறோம் போய்க் கொண்டே இருக்கிறோம்... சுஜாதா வீடு வந்த பாடில்லை) அவர் வீட்டில் சந்தித்தபோது

அவர் மனைவி இருந்தார். ஒரு மகன் இருந்தார். இன்னொரு மகன் அமெரிக்காவில் இருக்கிறாராம். பெண் வாரிசு கிடையாது. மேஜையில் சமைத்துப் பார் புத்தக வால்யூம்கள், சில தோத்திரப் புத்தகங்கள, ஸ்டிரீயோ போனிக் சவுண்ட் சிஸ்டம். சுவரில் ஸ்ரீரங்கத்துக் கோவில் மணியை நினைவூட்ட வைத்துக் கொண்டிருப்பது போல பலமாக டிங்டாங்கிக்கும் (சுஜாதா பாதிப்பில்) கடிகாரம்... இதோ சுஜாதா...

★ திடீரென்று ஒரு நாள் இலக்கியத்துக்குள் வந்து சுஜாதான்னு குதிச்சிட்டீங்க. நீங்க எழுத ஆரம்பிச்ச கொஞ்ச நாளில் எங்க பார்த்தாலும் 'சுஜாதா' என்கிற பெயர் அடிபட ஆரம்பித்தது. இது வெறும் விபத்து தானா? அல்லது இலக்கியத்துல ஆழ்ந்த பற்றுதல் ஏற்பட்டதன் விளைவா எழுத்தாளன் ஆனீர்களா? சிறந்த எழுத்தாளனாகணும் என்கிற எண்ணமே தோன்றாமல் எழுத்தாளனாயிட்டீங்களா?

பொதுவா தமிழ்நாட்டில் எழுத்தாளன் ஆகணும்கிற எண்ணம் பல பேருக்கு உண்டுன்னு நெனைக்கிறேன். ஏதோ ஒண்ணை எழுத ஆரம்பிச்சு பாதியில் விட்டுடுவாங்க. ஸ்ரீரங்கத்தில் படிக்கிற போது பிராமண மாணவர்கள் எல்லாம் சமஸ்கிருதம் எடுத்துக்கிறதுதான் பழக்கம். ஆனால், எனக்கு சமஸ்கிருத வாத்தியாரைக் கண்டா பிடிக்கலே. பயமா இருந்தது. அதனால் தமிழ் வகுப்பில் போய் குதிச்சேன். அதோட எனக்கு உற்சாகம் கொடுத்தது என் மூத்த சகோதரர். அவருக்குத் தமிழில் ஈடுபாடு அதிகம். அங்கு, இரண்டு தமிழ் ஆசிரியர்கள் பாடம் நடத்தினாங்க. தேசிகன்னு ஒருத்தரு. சேது மாணிக்கம்னு இன்னொருத்தர். அவங்க செய்யுளை ரொம்ப அழகாக சொல்லிக் கொடுத்தாங்க. அப்போதான் தமிழ் மொழியில் லேசான ஈடுபாடு ஆரம்பம் ஆச்சு. அப்பக்கூட எழுத்தாளனாகணும்கிற ஈடுபாடு இல்லே.

ஆனால், பொயட்ரிங்குற க்ராப்ட் இருக்கு பாருங்க. அது எனக்கு ரொம்பப் பிடிச்சிருந்தது. சீர் தளை பிரிக்கிறதெல்லாம் எனக்கு ரொம்ப சுலபமாக வந்தது. பி.எஸ்.சி. படிக்கிறப்போ Modern English Short Stories, Non-detailed book சொல்லிக் கொடுத்தவர் ஜோசப் சின்னப்பா என்ற வாத்தியார். அவர் ஒவ்வொரு சிறு கதையையும் நம்மைப் படிக்கச் சொல்லி அனலைஸ் பண்ணுவார். அப்பதான் எது நல்ல எழுத்து என்பதில் எனக்கு ஒரு தெளிவான பார்வை ஏற்பட்டது.அந்தச் சமயத்தில்கூட எழுதணும்கிற

ஆர்வம் எனக்கு இருந்ததாகத் தோணலை. ஆனால், கவிதை எழுதணும்கிற விருப்பம் இருந்தது. அது ஒரு சவால் மாதிரி இருந்தது.

★ நடை ஒன்றை ஆரம்பம் முதல் நீங்க கையாள ஆரம்பிச்சீங்க. இது மற்ற தமிழ் இலக்கியங்களைப் படிச்சு, அதில் வருகிற வர்ணனைகளில் சலிப்பு ஏற்பட்டு 'நாம் இதை எல்லா விட்டுவிட்டு வேற ஒரு ஸ்டைல்ல அப்படியே அடிக்கணும்' என்கிற மாதிரி திட்டமிட்டு உங்க நடையை அமைத்துக் கொள்வதில் ஒரு முயற்சி எடுத்துக்கிட்டீங்களா?

ஆமாம் எடுத்துக்கிட்டேன். அதுக்கு முக்கியமான தூண்டுகோல் பதுமைப்பித்தன். அப்புறம், கு.பா.ரா. தி.ஜானகிராமன் இவங்களையும் படிச்சிருக்கேன். லா.ச.ரா. நடை அப்படியே என் கண்ணைக் கூச வச்சுது. புதுமைப்பித்தனுடைய நடையினால் பாதிக்கப்படாத எழுத்தாளர்கள் யாருமே இல்லைன்னு சொல்லி விடலாம். லேசான ஒரு சாயல் எல்லார்கிட்டவும் இருக்கும். அதோட ஆங்கிலத்தைப் படிக்கிறபோது Involuted writing, Convoluted writing, Pattern writing இந்த நடையெல்லாம் ஏன் தமிழில் பயன்படுத்தக் கூடாதுன்னு தோன்றியது.

★ ஒரு இடத்தில் நீங்க சொல்லியிருக்கீங்க... உங்களை ரொம்ப பாதிச்சவர் ஜாஃபரி ஆர்ச்சர்... ஓ ஹென்றி அப்படின்னு. ஜாஃபரி ஆர்சர் ஆகட்டும், ஓ ஹென்றி ஆகட்டும் திடுக்கிடும் ஒரு முடிவைக் கொடுப்பது... கதையின் கடைசி வாக்கியத் தில் முடிச்சை அவிழ்த்து ஒரு திகைப்பைக் கொடுப்பது இப்படி. அதெல்லாம் ஒரு தொழில் நுணுக்கம்தான். ஜாஃபரி ஆர்சருக்கோ, ஓ ஹென்றிக்கோ ஆங்கில இலக்கியத்துல ஒரு பெரிய இடமில்லை.

ஜாஃபரி ஆர்சருக்கு இல்லே. ஓஹென்றிக்கு ஆங்கில இலக்கியத் துல பெரிய இடம் உண்டுன்னுதான் நெனைக்கிறேன். மாபசான், செகாவ் போன்று ஓஹென்றியும் மாபெரும் எழுத்தாளர். அதில் சந்தேகமில்லை. புதுமைப்பித்தனுக்குக் கூட ஓஹென்றி யின் செல்வாக்கு உண்டு. ஒரு பத்து வருட காலம் ஒரு வெறியோட ஓஹென்றி, சாகி (எச்.எச். மன்ரோ) காதரின் மான்ஸ்பீல்ட், செகாவ், மாபசான் எல்லாருடைய சிறுகதை களையும் படிச்சேன். அது தவிரவும் தமிழிலும் நிறைய படிக்க வேண்டி இருந்தது.

★ மாபெரும் இலக்கியக்காரர்கள்னு சொல்லக் கூடிய தாமஸ் மான், டால்ஸ்டாய், டாஸ்டாவ்ஸ்கி இவங்க புத்தகங்களைப் படிச்சிருக்கீங்களா?

எல்லாருடைய எழுத்திலயும் ஒவ்வொரு புத்தகம் படிச்சிருக் கேன். அதை ஒரு பயிற்சி மாதிரி எடுத்துக்கிட்டேன்.

★ ஆனா உங்க எழுத்துக்கான நடையை நீங்களேதான் தேர்ந் தெடுத்துக்கிட்டீங்க இல்லையா?

ஆமா. நானேதான் தேர்ந்தெடுத்துக் கொண்டேன். ‘அவன் அங்கே போனான்’ அப்படின்னு எழுதணுமானா அவன்ஐ எடுத்துட்டு அங்கே போனான்னு எழுதுவேன். திரும்பப் படிக்கும்போது எழுதினதைச் சின்னதாக ஆக்குவது. இலக்கணம் ஒழுங்காகத் தெரிஞ்சதனால அதைக் கொஞ்சம் மீறலாமேன்னு தோணித்து. இதுல ஏற்படற பலன் என்னன்னா படிப்பதில் வாசகனுக்கும் ஒரு பங்களிப்பைக் கொடுக்கிறது. அவனுடைய புத்திசாலித்தனத்தையும் பயன்படுத்திக் கொண்டு, அவன் புரிந்து கொள்வான் என்ற நம்பிக்கையில் எழுதுவது. இதுதான் என் வெற்றின்னு நான் நினைக்கிறேன்.

★ அப்படி இருக்கும்போது சில பெயர்ச் சொற்களை வினைச் செற்களாக மாத்தும் உத்தியைக் கையாண்டீங்க. ‘புன்னகைத் தான்’ என்று எழுதுவது, சவரம் செய்து கொண்டான் என்பதை ‘சவரித்துக் கொண்டான்’ என்று எழுதுவது. இது மாதிரி எழுதுவது தமிழ் மொழிக்கு நீங்க செய்த நியாயம் என்று சொல்வதா? துரோகம் என்று சொல்வதா?

ஆழ்வார் செய்திருக்கார் சார்! ‘காண்கின்றனகளும் கேட்கின்றன களும்’ என்று எழுதி இருக்கார். காண்கின்றன என்பதே பன்மை. அப்புறம் ‘கள்’ விகுதி சேர்த்திருக்கிறார்.

★ அப்படியே நீங்க போனீங்களானா என்ன ஆகும் தெரியுமா? ‘காலையில் அவன் எந்த மேஜையில் உட்கார்ந்து இட்லித்து விட்டு சாம்பாரித்து விட்டு, ஆபீசினான்’ இப்படி எழுதினா சரியா இருக்குமா?

(சிரித்துக் கொண்டே) அதை நான் வேண்டுமென்றே செய்வ தில்லை. இது மாதிரி பெயர்ச் சொல்லை, வினைச் சொல்லாக மாத்தி எழுதறது பற்றி நீங்க பயப்பட வேண்டிய அவசியமில்லை.

அந்த வார்த்தைகள் சரியா இல்லைன்னா செத்துப் போயிடும். Euphonyன்னு சொல்வாங்க. காது ஓசைக்கு சரியா இல்லைன்னா தூக்கி எறிஞ்சிடுவாங்க. இந்த வார்த்தைக்கு ஒரு மரியாதை இருக்கு. கற்பு இருக்கு. தவறுதலாகப் பயன்படுத்தக் கூடாது. தமிழ் மொழியை மீறக் கூடாது என்றெல்லாம் எடுத்துக் கொள்ள வேண்டியதில்லை.

★ சரி, தமிழ் மொழியைப் பற்றி இப்படிச் சொல்றீங்க. ஆனா பல கதைகளில் பல வார்த்தைகளை அப்படியே ஆங்கிலத்துல எழுதறீங்க. 'அவர் கார் எடுத்துக் கொண்டு ஆபீசில் டிராப் செய்து விட்டுப் போனான்' என்று எழுதறீங்க.

அதுவெல்லாம் தப்புதான் சார். அவசரத்தில் எழுதறது. இரண்டு கையையும் தூக்கிடறேன்.

★ இன்னொரு உத்தி என்னவென்றால், மார்க்கெட்டில் விற்கிற பொருளினுடைய வியாபாரப் பெயரை அப்படியே எழுதறது. 'அவன் சிகரெட் பிடித்தான்' என்பதை 'அவன் ரோத்மான் ராஜா சைஸ் பிடித்தான்' என்ற எழுதுவது. இது...?

அதை Cataloguingனு சொல்லுவாங்க. அமெரிக்க எழுத்துல உண்டு. ஜே.டி. சாலிங்கர் பண்ணுவார். ஒரு அலமாரியைத் திறந்தால் அதுல உள்ள பற்பசை, டவல், டை, எல்லாத்தி னுடைய பிராண்டு பெயரையும் எழுதறது.

★ ஆனால் உங்கள் வாசகர்களில் நகர்ப்புறவாசிகள் புரிந்து கொள்ளலாம், கிராமப்புற வாசகர்கள்...?

கிராமப்புற வாசகர்கள் கிட்ட புரியலைங்குற பிரச்சினை இருக்கு. ஆனா அவுங்க தெரிஞ்சவங்களைக் கேட்டு அதைப் புரிய வச்சிக்கறாங்க. மறைமுகமா அவுங்களை நான் எஜுகேட் பண்றேன்னு சொல்லலாம்.

★ அந்த மாதிரி கிராமப்புற வாசகர்கள்கிட்ட இருந்து எதிரொலி யாக உங்களுக்கு ஏதாவது அபிப்ராயம் கிடைச்சிருக்கா?

எழுத்துங்கிறதை நான் க்ராஃப்ட் (Craft) ஆகத் தான் (தொழில் நேர்த்தி) நினைக்கிறேன். அதில் ஏதோ உணர்ச்சிபூர்வமான உள்ளடக்கம் (Emotional Content) இருக்கிறதாக நான் நினைக் கலே. அதனால வேற வேற வாசகனுக்கு எழுதுவது எனக்கு சவாலாக இருக்குது. ராணி பத்திரிகையில் மூணு தொடர்கதை

எழுதினேன். அந்த பத்திரிகையில கொஞ்சம் எளிமையாக எழுதணும். எஸ்.எஸ்.எல்.ஸி. வரை படிச்சுட்டு ஆபீசுக்குப் போகிற க்ரூப் அதன் வாசகர்கள். அவங்களுக்குப் புரியணும்கிற எண்ணத்தில் நான் என்னை ரொம்பக் கட்டுப்படுத்திக்கிட்டு எழுதினேன். என்னுடைய தொழிற்சாலையிலேயே ஒருத்தர் அதைப் படிச்சுட்டு 'இப்பதாங்க எங்களுக்கெல்லாம் புரியும்படி எழுதறீங்க' என்று சொன்னார்.

★ ஒவ்வொரு பத்திரிகைகளுடைய வாசகர்களுக்கு ஒவ்வொரு விதமா எழுதும் போது அங்க தனித்துவம் போய் விட்டதாக நினைக்கலியா?

தனித்துவம் அப்படீன்னு எல்லாம் ஒண்ணும் கிடையாது. இதை எல்லாம் உணர்ச்சிபூர்வமாகவே எடுத்துக் கொள்ளக் கூடாது.

★ உங்களுடைய கதைகளை ஆசிரியர் எடிட் பண்ணினா கவலையே பட மாட்டீங்களா?

கவலையே பட மாட்டேன். பத்திரிகை ஆசிரியருக்கு எடிட் பண்ண உரிமையிருக்கு. அகிலன் ஒரு முறை தன் கதையை கல்கியில எடிட் பண்ணிட்டாங்கன்னு ரொம்ப வருத்தப்பட்டார். அந்தப் பத்திரிகைக்கு இனிமே எழுதவே மாட்டேன்னு கூட சொல்லிக்கிட்டிருந்தார். ரொம்ப உருகிட்டார். அது எனக்கு என்னமோ சிறுபிள்ளைத்தனமா தெரியுது.

★ இப்படி ஒரு அணுகுமுறை இருப்பதே வியாபார உத்தின்னு சொன்னா, நீங்க மறுப்பீங்களா?

வியாபார உத்தின்னு சொல்ல முடியாது. எனக்கு நிறைய சிநேகிதர்கள் தேவைப்படுது. அப்படி வேணா இருக்கலாம். பணம் என்பதோ, எழுதித்தான் சம்பாதிக்க வேண்டும் என்கிற நிலையோ எனக்கு இல்லை. தொழில் முறையில் நான் ஒரு எஞ்ஜினியராக இருக்கிறதுனால பணத்துக்கு நான் எழுதலே. திருப்திக்குத்தான் நான் எழுதறது. அதோட எழுத்துனால வரப் பணம் கூட எனக்குப் பிரச்சினைதான். வரிப் பிரச்சினை. அதனால இதை வியாபாரம்னு சொல்ல முடியாது.

★ சரி, புகழுக்காக நான் எப்பவும் நிலைச்சு நிற்கணும்கிற புகழுக்காக உத்திகளை மாத்தி மாத்தி பண்ணுகிற தந்திரமாக் கூட இருக்கலாம் இல்லையா?

ஒரு புகழ் அடையணும்கிறதைவிட ஒரு Classification (பாகுபாட்டுக்குள்)க்குள் அகப்படக் கூடாது என்கிற எண்ணம். எல்லா எழுத்தாளர்களையும் இன்ன வகுப்பைச் சார்ந்தவங்கன்னு பிரிச்சுடலாம். ஆனால், என்னைப் பொறுத்தவரை 'இந்த ஆளை வச்சுக்கிட்டு என்ன பண்ணறதுன்னு' தெரியாமல் தவிக்கிறாங்க.

★ என்னைப் பொறுத்தவரை சிறுகதையில் சில சிகரங்களை நீங்க அடைஞ்சிருக்கீங்க. மத்யமர், தூண்டில், சில வித்யாசங்கள் போன்ற தொகுப்புகளில் பல அற்புதமான கதைகள் வந்திருக்கு. ஆனால், அந்த உயரங்களை நீங்கள் ஏன் நாவலில் தொடவில்லை?

முக்கியமான காரணம், தொடர்கதையினுடைய வடிவம். அதனுடைய வடிவத்தில் மாட்டிக்கிட்டா அப்படித்தான் ஆகும். 'புளிய மரத்தின் கதை' போலவோ 'ரப்பர்' போலவோ ஒரு நாவலை மனசுல உருவாக்கி ஒரு இடத்துல போய் ஒரு மாசம் உட்கார்ந்து முழு நாவலையும் எழுதும்படியான சந்தர்ப்பமே எனக்கு வரல்லே. தொடர்கதை என்பது வேறு ஜாதி. அது நாவல் அல்ல. செயற்கையான உச்சக் கட்டங்கள். 'தீபாவளிக்கு ஆரம்பிச்சு பொங்கலுக்கு முடிச்சுடுங்க' என்கிற நிர்ப்பந்தம். இது மாதிரி இலக்கிய சம்பந்தமில்லாத பல பந்தங்கள் எல்லாம் இருக்குது. அதை எழுதக் கூடாது. இதை எழுதக் கூடாது. இன்னார் படம் போடணும், அதுக்கு தகுந்த மாதிரி விதிகள்...

★ அப்ப ஏன் தொடர்கதை எழுதறீங்க?

தொடர்கதை எழுதும் போது ஒரு கதையைப் பலவிதமான உரைநடையில் சொல்லக்கூடிய சந்தர்ப்பம் கிடைக்கிறதாக நான் நினைக்கிறேன். முழு நாவலாக நான் எழுதினது என்று சொல்லப் போனால் 'குரு ப்ரசாத்தின் கடைசி நாட்கள்', 'காகிதச் சங்கிலிகள்' இவைகளைச் சொல்லலாம்.

★ சுஜாதா என்கிற பெயர் காலம் காலமாக நிலைச்சு நிற்கும்படி சமுதாயப் பிரச்சினையை வச்சு ஒரு பிரமாண்டமான நாவல் Mangum Opus எழுதணும்கிற ஆர்வம் உங்களுக்கு இருக்கா?

எழுத மாட்டேன். ஏன்னா பிரும்மாண்டமா எழுதறது என்பது முன்னால தீர்மானிக்கப்படறதில்லே. அதோட எனக்கு அந்த மாதிரியான ஒரு நாவலில் வாழ்ந்து பார்த்த அனுபவம் கிடையாது. என் வாழ்க்கை ரொம்ப ரொம்ப மகிழ்ச்சியாக இருந்

திருக்கு. என் வாழ்க்கையில் போராட்டங்கள் இல்லே. ஏழ்மையை நான் அதிகம் பார்த்ததில்லே. வேலை தேடி அலைஞ்சதில்லே. மத்தவங்க உணர்ச்சிகளில் தான் நான் வாழ முடியுமே தவிர, அதை ஒட்டித்தான் கதை எழுத முடியுமே தவிர என் அனுபவத்தைப் பிரதிபலிக்க முடிவதில்லை. அதோட நான் ஒரு விஞ்ஞானியாக இருப்பதால், எழுதுவதே முன்ன சொன்னாப்பல எனக்கு க்ராப்ட் ஆகத்தான் படுது. இன்னொன்று நவீன நாவல் அமைப்பு என்பது வழக்கொழிந்து வருகிறது. செத்துக் கொண்டிருக்கிறது. To Kill a Mockingbird தான் கடைசியாக வந்த நாவல்னு நினைக்கிறேன்.

★ இப்போது நாவல்களே எழுதப்படுவதில்லையா?

நல்ல நாவல்கள் தென் அமெரிக்க தேசங்களில் எழுதப்படுது. எந்த நாட்டுல போராட்டம் இருக்கோ, அந்த நாட்டுல நல்ல நாவல் வரும். ரஷ்யா நாவல் எழுதுவதையே நிறுத்தி விட்டது. டாஸ்டாயவ்ஸ்கி மாதிரி என்னால எப்படி எழுத முடியும்? அவனுக்கு வலிப்பு வியாதி இருந்தது. ரஷ்யப் புரட்சி முழு வதுமே வாழ்ந்து பார்த்தவன். மார்க்குவிஸ் கார்சியா, தென் அமெரிக்கப் போராட்டங்களைப் பார்த்துக்கிட்டு இருக்கார். நாளைக்கு ஈழத்துல இருந்து நல்ல நாவல் வரலாம்.

★ இந்தியாவிலேயோ, தமிழ் நாட்டிலேயோ, அந்தக் கடுமை யான வாழ்க்கைப் போராட்டம் இல்லைன்னு நினைக் கறீங்களா?

தமிழ்நாடு முழுக்க சினிமாவுல மூழ்கியிருக்கு சார் (சிரிக்கிறார்). இங்கே ஒரு பயங்கரப் படுகொலை நடந்திருக்கு. கொந்தளிப்பு இருக்கு. எல்லாத்தையும் மறந்துட்டு வீடியோ பார்த்துக் கிட்டிருக்காங்க.

★ இல்லை. நீங்கள் நகர்ப்புற வசதியான அரசு அதிகாரி என்கிற நிலையிலிருந்து இந்த மாதிரி சொல்றீங்க. ஆனா, எத் தனையோ பிரச்சினைகள், போராட்டங்கள் குறிப்பா கிராமப் புறப் பகுதியிலே...

எனக்கு கிராமம்னா என்னன்னே தெரியாது சார். இப்ப பழமலை 'சனங்களின் கதை' எழுதினாரே. அது மாதிரி என்னால் எழுத முடியாது. அந்த ஜனங்களோட பழகினதில்லை. ஆனால், சில அடிப்படையான உணர்வுகள் பொதுவானது. அதை வச்சுக்கிட்டு

எனக்குத் தெரிஞ்சவங்களைப் பத்தி எழுதறேன். அவர்கள் பணக்காரர்களாக இருக்கலாம். அதைப் பத்தி கோடி நாவல் வந்திருக்குது. ஒரு அனுபவத்தின் ஆழமும் கடுமையும் இல்லாமல் அந்த அனுபவத்தைப் பற்றி நாவல் எழுத முடியாது. இருபது வருஷத்துல ஒரு நல்ல நாவல் தமிழ் மொழியில மட்டுமில்ல - இந்திய மொழிகளில் மட்டுமில்ல - உலக மொழிகளிலேயே வரல்லே, போராட்டம் உள்ள தேசங்களைத் தவிர.

★ *சமூக மாற்றத்துக்கு எழுத்து பயன்படுவதில்லை என்பது உங்கள் எண்ணமா?*

இலக்கியம் என்பது சமூகத்தின் கண்ணாடி. அவ்வளவுதான். சமூகத்தை மாற்றி அமைக்க அது பயன்படாது. சமூகம் இலக்கியத்தைவிட மிக மிகச் சிக்கல் வாய்ந்தது. மக்களுடைய பிரச்சினைகளைப் பற்றி இலக்கியம் பேசலாம். ஒரு பிரஞ்சுப் புரட்சிக்கு இலக்கியம் தூண்டுகோலாக இருந்தது மாதிரியான நிலைமை எல்லாம் இப்ப இல்லை. இலக்கியத்துனால ஒரு மெலிதான விழிப்புணர்வைக் கொண்டு வரலாம். இலக்கியத்துனால சமூகத்தை மாற்ற முடியும் என்பது உண்மையாயிருந்தா, தமிழ் நாட்டைப் போல மாறி இருக்கக் கூடிய சமூகம் வேற எதுவும் இருக்க முடியாது. திருக்குறள், நாலடியார்லயிருந்து ஆரம்பிச்சு எத்தனை இலக்கியங்கள். ஆனா தமிழர்களைப் போல இரட்டை வேஷம் போடற சமூகம் வேற எதுவுமே இல்லை.

★ *அதே நேரம் ஒரு படைப்பாளன் ஒரு இலக்கியம் படைத்து முடித்து விட்டதோடு அவன் வேலை முடிஞ்சு போச்சு. அது சமூகத்தை எந்த விதத்துல பாதிக்குது என்பதைப் பற்றி எல்லாம் அவன் கவலைப்படணும்கிற அவசியம் இல்லேங்குறீங்களா?*

அப்படி இல்லை. இலக்கியம் என்பது ஒரு சமூகத்தின் அடையாளக் குறி. கேரளம், மகாராஷ்டிரம், வங்காளம் இங்கேயிருந்து வர்ற இலக்கியங்களைப் பாருங்க. அந்தப் பிரதேசங்களுடைய வாழ்க்கை முறை தெரியுது.

★ *கர்நாடக இலக்கியம் பற்றி...?*

கர்நாடக இலக்கியத்துல நாட்டுப்புறக் கூறுகள் நிறைய இருக்குது. ஜனபத கீதங்கள் என்பதினுடைய செல்வாக்கை இலக்கியத்துல பார்க்கலாம். அவுங்க பரிணாமத்தைப் பார்த்தா

பிரமிப்பா இருக்கு. நவோதயா (புதிய உதயம்), நவ்யா (நவீன இலக்கியம்), பண்டாயா (எதிர்ப்பு இலக்கியம்) இந்த மாதிரி மூவ்மெண்டெல்லாம் இங்க இருக்கு. தமிழ்ல எதுவுமே இல்லை!

★ காதலில் இலக்கியமே இங்க இல்லையே!

அதான் சொல்றேன். நம்ம சமூகத்தில் உள்ள அடக்குமுறை மாதிரி உண்டா! ஏன் அந்த மாதிரி இலக்கியங்கள் வரல்லே. நமக்கு ஒரு தட்டுல இலக்கியம் இருக்குது. அதுக்கு மேல் அடுக்குல அரசியல் இருக்குது. அதுக்கு மேல சினிமா இருக்குது. எல்லாத்தையும் போட்டு இங்க குழப்பிட்டாங்க.

★ நீங்க சொல்ற சினிமா கலாசாரத்தின் மேல் ஆதிக்கம் கர்நாடகத்திலையும் இருக்குது. ஆந்திராவிலையும் இருக்குதே?

இருக்கலாம். ஆனா நம்மகிட்ட உள்ள மாதிரி இல்லே. நம் சினிமா, சங்க காலத்துக்கே போயிடுது. கல் தோன்றி மண் தோன்றாக் காலம்... மரபுச் சுமை என்பது நம்பகிட்ட உள்ள மாதிரி இவுங்க கிட்ட இல்லை. அதனால் இலக்கியத்திலும், சினிமாவிலும் சோதனை முயற்சிகள் நடக்குது. சிவராம காரந்த் போன்றவர்கள் நானூறு பக்கம் நாவல் எழுதினா உட்கார்ந்து படிக்கிறாங்க சார். நம்ப ஊரில் எங்க படிக்கிறான்?

★ கர்நாடகத்தில் சிறு பத்திரிகை இயக்கம் இருக்கா?

சிறு பத்திரிகை, பெரிய பத்திரிகைகள் என்றெல்லாம் இங்க கிடையாது. எல்லாப் பத்திரிகைகளிலும் சீரியஸ் இலக்கியம் வருது. நம்ப தமிழ்ப் பத்திரிகைகள் மாதிரி இங்கே ராக்ஷஸ சர்குலேஷன் எல்லாம் கிடையாது. ஆனால், இங்க பத்திரிகைகள் சம்பிரதாயமாக விளையாட்டைப் பத்தி ஒரு கட்டுரை, விஞ்ஞானம் பத்தி ஒரு கட்டுரை, இரண்டு தொடர்கதை , சிறுவர் பகுதி - இது மாதிரி ஒரு அமைப்பு. பத்திரிகை அமைப்புல (format) நாம முன்னால் இருக்கோம்.

★ இலக்கியத்தைப் பற்றி சரியான உணர்வு தமிழில் ஏற்படாததற்கு யார் காரணம்?

நம்பகிட்ட உள்ள அரசியலும் வெகுஜனப் பத்திரிகைகளும்தான் காரணம்.

★ வெகுஜன பத்திரிகைகளைப் பற்றிச் சொல்றீங்க. அதுலதான் நீங்க நிறைய எழுதிக்கிட்டு இருக்கீங்க. நாமும் குற்றம் செய்கிறோம்கிற உணர்வு உங்களுக்கும் இல்லையா?

வெகுஜனப் பத்திரிகையைப் பொறுத்தவரையில் அவுங்க என்னை உபயோகப்படுத்திக்கிறாங்க. நான் அவுங்களை உபயோகப்படுத்திக்கிறேன் (Mutual Exploitation). 'கரையெல்லாம் செண்பகப் பூ' முழுக்க முழுக்க மர்மக் கதை. ஆனால், அதுல ஏராளமான நாட்டுப் பாடலைப் புகுத்தியிருக்கேன். அது முடிஞ்ச பிறகு வாசகர்கள் அதில் உள்ள மர்மத்தை மறந்துட்டாங்க. இந்தப் பாட்டெல்லாம் எங்க கிடைக்கும்னு கேட்டாங்க. அது மாதிரி ஒவ்வொரு நாவல்ல ஏதாவது ஒரு விஷயத்தைக் கடத்திக் கொண்டு போகிறேன். அவுங்களும் 'இந்த ஆளு ஏதாவது கோவிச்சுக்கப் போறானே'ன்னு போட்டுடறாங்க. இந்த மாதிரி நல்ல விஷயங்கள் வெளியே பரவலாக மக்கள்கிட்ட போறதுல எனக்கு ஒரு ரகசியமான சந்தோஷம் இருக்குது.

வெகுஜனப் பத்திரிகையை நீங்கள்ளாம் ரிஜக்ட் பண்ணக் கூடாது. ஐம்பது லட்சம் பேர் படிக்கிற ஒரு பத்திரிகையில - குமுதம் மாதிரி - கொஞ்சம் கொஞ்சம் சமரசப்படுத்திக்கிட்டு எழுதறதில் தப்பு இல்லே. இந்த கணேஷ்-வசந்த் கதையிலகூட பெரிய விஞ்ஞான விஷயங்களைக் கடத்தி உள்ள கொண்டு வந்து விட்டேன். சிறு பத்திரிகைகளில் எழுத்தாளனுக்கு உள்ள சுதந்திரம் பெரிய பத்திரிகைகளில் இருக்க முடியாதுதான். வெகுஜனப் பத்திரிகைகள் மூலம் இலக்கியமே படைக்க முடியாது. கொஞ்சம் கொஞ்சம் இலக்கியத்தைக் கடத்தல் செய்யலாம்.

★ விஞ்ஞானக் கதைகள் (Science Fiction) எழுதறீங்க. இது நவீன விஞ்ஞான வளர்ச்சியை வாசகர்களுக்கு அறிமுகப்படுத்துகிற விஷயமா, இல்லை, பழையபடி ஒரு புதிய புராணத்தைப் படைக்கிறீர்களா! அமானுஷ்ய கற்பனைகளைக் கொடுத்து இந்த உலகத்துல ஜனங்களை மிதக்க விடுகிற மோசடி வேலை தான் இதுன்னு, உங்க மேல குற்றம் சாட்டினா ஏற்றுக் கொள்வீர்களா?

சயன்ஸ் ஃபிக்ஷன் என்பது சயன்ஸை ஜனங்களுக்குச் சொல்ற விஷயமில்லை. ஆர்தர் கோஸ்ட்லர் சொன்னபடி கதை எழுத மொத்தமே முப்பத்தாறு ப்ளாட்தான் உலகத்துல இருக்குது. திரும்பத் திரும்ப எழுதி அதெல்லாம் காலாவதியாயிட்டது.

அதனால் சட்ட திட்டங்களையெல்லாம் மாத்திகிட்டு புதுசா ஏதாவது எழுதலாமே என்கிற முயற்சிதான் இது. செவ்வாய்க் கிழமை கிழக்கைப் பார்த்து நடக்கக் கூடாது என்று நாமே ஒரு விதி ஏற்படுத்திக்கிட்டு, அதை மீறினா என்ன ஆகும்னு கற்பனை பண்ணி எழுதறது.

★ இது கூட இன்னொரு மூட நம்பிக்கையை விதைக்கிற முயற்சிதானே...?

இது மூட நம்பிக்கை இல்லை. மாயா ஜாலக் கதை (Fantasy) அல்லது அம்புலி மாமா கதை.

★ இலக்கிய விமரிசனம் செய்வதில் முன்னணியில் இருக்கும் விமரிசகர்கள் உங்கள் நாவல்களை ஒதுக்கிவிடக் காரணம் என்ன? விமரிசகர்கள் உங்களைச் சரியாக போடலேன்னு நினைக்கிறீங்களா... சமீபத்தில் சுபமங்களாவில் கோவை ஞானிகூட சொல்லியிருக்கார். 'சுஜாதா, பாலகுமாரன்' என்று பேசினால்கூட சிற்றிதழ் சூழலில் தவறாக மதிப்பிடப்படும் என்ற கெடுபிடி போக்குகூட இதற்குக் காரணம்! இந்த நிலைமை ஏன்?

சுஜாதா என்கிற படிமம் நிறுவனத்தின் ஒரு அம்சமாகி விட்டது (Sujatha's image has become a form of establishment) சுஜாதா வைக் கண்டு கொள்ளாமல் விடுவதுகூட இப்போது விமரிசனத் தில் ஒரு உத்தியாகி விட்டது. தனிமையில் பேசும்போது அந்த விமரிசகர்கள் என் கதையெல்லாம் படிச்சிருக்காங்கன்னு தெரியுது. பல கதைகளைப் புகழறாங்க. அதை வெளியிடுவதில் அவுங்க தயங்கறாங்க. எது ஜனரஞ்சகமாக இருக்குதோ அது இலக்கியமாக இருக்க முடியாது என்ற அசைக்க முடியாத கோட் பாடு அவுங்ககிட்ட இருக்கு. கல்கிக்குக்கூட இந்தக் கஷ்டம் இருந்தது. அவர் கல்கியாக இருந்ததால் அவர் எவ்வளவோ நன்கு எழுதியும் இவுங்களால ஒதுக்கப்பட்டார்.

★ உங்களுக்கு நாடகத் துறையிலும் நிறைய அனுபவம் இருக் கிறது. பூரணம் சாருக்கு நிறைய நாடகம் எழுதியிருக்கீங்க. தமிழ் நாடக மேடையைப் பற்றி என்ன நினைக்கறீங்க?

தமிழ் நாடக மேடையைப் பொறுத்தவரை, இலக்கியம் மாதிரியே இரண்டு அடுக்கு இருக்குதுன்னு நினைக்கிறேன். சபா ரசிகர்கள்னு ஒரு பிரிவு. மத்திய தர வர்க்கத்தைச் சேர்ந்தவர்

களாகவும், வேறுபட்ட ருசி உள்ளவர்களாகவும், வெறும் துணுக்கு களை ரசிக்கிறவர்களாகவும் பெரும்பான்மையாக பிராமண சமூகத்தைச் சேர்ந்தவர்களாகவும் உள்ளவங்க. அவுங்களுக்காக நடத்தப்படும் நாடகங்கள் எல்லாம் நாடகங்களே அல்ல.

ஆனால், அதே நேரம் வேற ஒரு கோடியில் கிரேக்க நாடகங் களின் கூறுகளை வச்சுக்கிட்டு நாடகம் போடுகிறோம்னு சொல் கிற ஒரு க்ரூப். அவுங்ககிட்ட பாசாங்கு அதிகமாக இருக்குது. சோபாக்ளிஸ் போன்றவர்களின் நாடகங்களை எல்லாம் இமிடேட் பண்றதோ, போட்டே ஆகணும்கிறதோ கட்டாய மில்லே. ஒருத்தருக்கும் புரியாம கம்யூனிகேட் ஆகாம Waiting for God மாதிரி நாடகம் போடணும்கிற அவசியமில்லே. இதுக்கு நடுவுல ஒரு வழி இருக்கு. கால இணைவு (Unity of time), இட இணைவு (Unity of space), நல்ல நடிப்பு, அங்கண மேடை (Proscenium), வடிவம் இதை வச்சுக்கிட்டே நல்ல நாடகம் போடலாமே. நீங்க செய்திருக்கீங்களே.. சபா மேடையிலேயே அந்த மாதிரி பல நாடகங்கள் வந்திருக்கே! நாடகத்தின் உணர்வு களோட ஒன்றிப் போய் ரசிகர்களின் முழு ஈடுபாட்டைக் கவரக் கூடிய நாடகங்கள், யதார்த்தமான நாடகங்கள் போடலாமே!

★ *படிப்பதற்குத் தகுந்த ஓரங்க நாடகங்கள் நீங்க முயற்சி செய்திருக்கீங்களா?*

'வந்தவன்' மாதிரி ஒண்ணு ரெண்டு முயற்சி பண்ணியிருக்கேன்.

★ *உங்க சினிமா அனுபவங்களைப் பற்றிச் சொல்லுங்களேன்?*

சினிமாவைப் பொறுத்தவரை நான் வெளியில இருந்து வேடிக்கை பார்க்கிறவன்தான்.

★ *உங்கள் கதைகள் சில சினிமாவுக்குப் போயிருக்குது. அது சினிமா ஆக்கப்பட்ட விதம் உங்களுக்குத் திருப்தி அளிக் கிறதா?*

எதுவுமே எனக்குத் திருப்தி அளிக்கலை.

★ *நீங்க ஏராளமான சினிமா பார்த்திருக்கீங்க. சினிமாவைப் பற்றி விரிவாக அனலைஸ் பண்றீங்க. உலக சினிமாவினுடைய வெளிப்பாடுகள் எல்லாம் உங்களுக்குத் தெரியும். இருந்தும் உங்களால சிறந்த திரைக்கதை ஆசிரியராக வர முடியலையே!*

சினிமாவுக்குள் நான் தீவிரமாகப் புகுந்து வேலை செய்யலை. அதோடு சினிமா என்கிற மீடியத்தை முற்றிலுமாக புரிஞ்சுக் கிட்டதாகக் கூட நான் நினைக்கலை. சினிமா எடுக்கும்போது ஏற்படுகிற எத்தனையோ வில்லங்கங்களுக்குக்கூட திரைக்கதை பலியாக வேண்டியிருக்கிறது.

★ தமிழ் சினிமாவின் பொதுவான போக்கு உங்களுக்குத் திருப்திகரமானதாக இருக்கிறதா?

எளிமையான கதைகள், பாசாங்கு இல்லாத கதைகள், புது வசந்தம் போல வெற்றியடைவது நல்ல அறிகுறி. ஆனால், தமிழ்ப் படங்களில் பாசாங்கு அதிகம் இருக்குது. எந்தக் கதவைத் திறந்தாலும் புகை வருது. அது யதார்த்தத்துக்குப் புறம்பாகவும் இருக்குது. சில நல்ல இடைப்பட்ட ரக சினிமா (Middle Cinema) வர முடியும்னு நினைக்கிறேன். மலையாள சினிமா மாதிரி, தமிழ் சினிமாவில் தொழில் நுணுக்கம் ரொம்ப நல்லா வளர்ந்திருக்கு. குறைபாடு என்னன்னா உணர்ச்சிபூர்வமான விஷயங்களை உள்ளடக்கிக் கொண்ட கதைகள் இல்லாததுதான்.

★ இப்ப நகைச்சுவைக்கு வருவோம். உங்கள் வெற்றிக்கு நான் நினைக்கிற ஒரு காரணம் உங்கள் கதைகளில் ஒரு உள்ளார்ந்த நகைச்சுவை இருக்கிறது இல்லையா?

நகைச்சுவை என்பதே எதார்த்தமான வாழ்க்கையிலிருந்த வருவதுதான். இப்ப பிறந்த குழந்தை ஒண்ணு அழுது கிட்டிருக்கு. அவங்க அப்பா அந்தக் குழந்தையை Keep Quiet அப்படீன்னு இங்கிலீஷ்ல அதட்டுறார். இத மாதிரி விஷயங் களைக் கூர்ந்து கவனிச்சு எழுதினாலே நகைச்சுவைதான். ஆனால், நகைச்சுவை என்பது விரல் காட்டி இதுதான்கிற மாதிரி இருக்கக் கூடாது. இயற்கையா இருக்கணும்.

★ உங்கள் கதைகளில் பாலுணர்வுக் காட்சிகள் அளவுக்கு அதிகமாக இடம் பெறுகிறது என்று உங்க மேலே ஒரு குற்றச் சாட்டு இருக்கே. நியாயம்தானா?

சில கதைகளில் ஒரு குறிப்பிட்ட கொடூரமான கொலை போன்ற செயலை எழுதும்போது அதற்கு முன்பாக ஒரு மகிழ்வான உச்சக் கட்டத்தை (Sublime Peak) காட்ட வேண்டிய நெருக்கடியில் செக்ஸ் என்பதைக் கொஞ்சம் அதிகமாகப் பயன்படுத்தி இருக்கிறேன். ஆனால், எல்லை மீறி எழுதறதில்லே.

★ சில சமயம் செக்ஸ் பத்தி நீங்க எழுதுவது வாசகர்கள் மத்தியில உள்ள விடலைப் பையன்களின் தாபத்தைத் தீர்க்க எழுத்து வடிவத்தில் செய்யப்படுகிற ஒரு முயற்சின்னு சொன்னா, அதை எடுத்துப்பீங்களா?

ஏற்றுக் கொள்ளலை. வலுக்கட்டாயமா அது திணிக்கப்பட்டால் அது தப்பு. கதையினுடைய ஓட்டத்தில் சில சமயங்களில் அதை ஆயுதமாகப் பயன்படுத்தினால் அது தப்பு இல்லை.

★ சம கால எழுத்தாளர்களில் உங்களுக்குப் பிரமிப்பையும், வியப்பையும், புதிய அனுபவத்தையும் ஏற்படுத்தியவர்கள் யார் யார்?

கணையாழியில் வர்ற சில குறு நாவல்கள் ஆச்சரியப்பட வைக்கிறது. சிறுகதைகளில் வண்ணதாசன், ஆ. மாதவன் - இன்னும் பல பேர்.

★ தொடர்ச்சியாகவே அவுங்க எல்லாம் நல்ல கதைகள் எழுதிக் கிட்டிருக்காங்கன்னு சொல்றீங்களா?

தொடர்ச்சியாக யாராலயும் எழுத முடியாது... நல்ல கதையாகக் கொண்டு வர ஒவ்வொரு கதையிலும் முயற்சி பண்ணலாம்.

★ பெண் எழுத்தாளர்களில்...

ஆர். சூடாமணி அற்புதமான கதைகள் எழுதியிருக்காங்க. சிவசங்கரி, ஓரளவுக்கு சில நல்ல கதைகள் எழுதியிருக்காங்க. ஆனா சமீபத்திய போக்கு பெண்ணியத்தை (Ferminism) இலக்கியத்தில் புகுத்துவது. அதற்கு முதல் பலியாவது இலக்கியம்தான்.

★ பொதுவாக எழுத்தாளர்கள் ஒரு கோட்பாட்டிற்கு அர்ப்பணித்துக் கொண்டவர்களாக இருக்கக் கூடாதா?

கமிடட் ஆக இருக்கும்போது இலக்கியத்தை நீங்கள் தியாகம் செய்கிறீர்கள். எழுத்தாளர்கள் கமிடட் ஆக இருக்க வேண்டிய அவசியமில்லை. ஒவ்வொரு எழுத்தாளனுக்கும் அவனுக்குள்ளாகவே ஒரு கருத்தாக்கம் இருக்கிறது. அதை ரொம்ப மறைமுகமாக இழையோடிய மாதிரி சொன்னாப் போதும்.

★ நீங்கள் ஒரு கமிடட் எழுத்தாளரா? உங்க இலக்கியக் கொள்கைகள் என்ன?

எழுத்தில் திறமை, உன்னதம் இருக்க வேண்டும் என்ற அளவுக்கே நான் கமிடட் எழுத்தாளர். சமூகக் கொள்கைகள், கோட்பாடுகள் எதற்கும் நான் என்னை அர்ப்பணம் செய்து கொள்ளவில்லை. என் கொள்கை என்னன்னா 'கொள்கைகள் அபத்தமானது' என்பதுதான். காரணங்களுக்கும், காரியங்களுக்கும் சம்பந்தமே இல்லை. ஒரு ஆள் நல்லதே செய்கிறான் என்பதால் அவனுக்கு நல்லதே நடக்கும் என்பதும், கெட்டதே செய்தால் கெட்டதே நடக்கும் என்பதும் அபத்தமானது. மற்றவர்களால் உணர முடியாததைப் பார்க்க முடியாததை எழுத்தாளன் கூர்ந்து கவனித்து சில விஷயங்களைத் தேர்ந்தெடுத்து தன்னுடைய பார்வையில் எழுத்தில் ரிப்போர்ட் பண்ணனும்.

★ உலகத்தை ரிப்போர்ட் பண்றதோட சரி, மாற்ற வேண்டிய கடமை இல்லையா?

மாற்ற வேண்டும் என்று வரும்போதே எழுத்தைப் பலவீனப் படுத்தறீங்க. அதனால் இலக்கியம் பாதிக்கப்படுது.

★ அப்போ இலக்கியத்துல முற்போக்கான கருத்துக்கள் பின் னடைவதற்கான கருத்துக்கள் இதெல்லாமே இல்லைன்னு சொல்றீங்களா?

பின்னடைவதற்கான கருத்துக்களைக் கூறுவது இலக்கியமே இல்லை. இலக்கியம் என்பது இனிமையானது. எளிமையானது. நேர்மையானது நேரடியாகச் சொல்வது. முற்போக்கு எல்லாம் அப்புறம்தான் வருது.

★ இலக்கியத்துல பிரசாரம், கமிட்மென்ட் எல்லாம் கூடாதுன்னு சொல்றீங்க. ஆனா உங்க மாதிரி எழுத்தாளர்கள் சமூக நிலை களை அப்படியே ஏற்றுக் கொண்டு, அதற்கேற்ப வெற்றிகர மாக எழுதிக் கொண்டு சீரான வாழ்க்கை நடத்துவது என்பது கூட சமூக மாற்றத்தை விரும்பாத, எதிரான பிரச்சாரம் என்று சொல்லலாம் இல்லையா?

சமூகம் அப்படியே இருக்கணும். மாற்றம் கூடாதுன்னு என் எழுத்துல நான் எங்கயும் சொல்லலே. நான் பார்க்கிறேன், எழுதறேன், என்னுடைய தீர்ப்பை ஜனங்ககிட்ட திணிப்பது இல்லை. இதற்கான தீர்வை ஜனங்கள் உணர்ந்து கொள்ளட்டும்.

★ இதை எழுத்தாளன் என்கிற உங்கள் தார்மீகப் பொறுப்பி லிருந்து நீங்க தப்பித்துக் கொண்டு போகிறீர்கள் என்று சொல்லலாமா?

இருக்கலாம். எழுத்தாளனுக்கு ஒரு தார்மீகப் பொறுப்பு இருந் தாகணும்கிறதை நான் நம்பல்லே. என்னை ஒரு Escapist எழுத் தாளர்னு சொன்னா நான் ஒப்ப மாட்டேன் சும்மா பொழுது போக்குக்கு எழுதறவங்கதான் Escapist writer.

★ தமிழ்மொழியில், சர்வதேசத் தரத்துக்கேற்ப ஒரு சகாப்தத் தையே கூறக் கூடிய ஒரு மாபெரும் இலக்கியப் படைப்பு தோன்றாததற்கு என்ன காரணம்?

அதுக்குக் காரணம் நம் இலக்கியங்கள் ஆங்கிலத்துல மொழி பெயர்க்கப்படலே. இல்லேன்னா மோசமாக மொழிபெயர்க்கப் பட்டு இருக்கும். தமிழ் இலக்கியத்தில் மாபெரும் படைப்பு இல்லை என்று நான் நம்பத் தயாராக இல்லை. அதனால பிறமொழிக்காரர்களுக்குச் சரியாக வெளிப்படுத்தப்படலை. இங்க உள்ள கே. ராமானுஜன் மாதிரி மொழிபெயர்ப்பாளர்கள் கிடைச்சிருந்தா நம்ப இலக்கியங்களும் உலகத் தரத்துக்குப் பேசப்படும். அற்புதமாக அவர் மொழிபெயர்த்ததால்தான் புறநானூறு, அகநானூறு இன்னிக்கு பெரிய இலக்கியங்களாக மதிக்கப்படுகிறது.

★ உங்கள் கதைகள் மொழிபெயர்க்கப்பட்டிருக்கா?

இந்தி மொழிகளில் மொழிபெயர்க்கப்பட்டிருக்கிறது. இங்கி லீஷ்ல வரலே.

★ கணையாழியில ஒரு முறை எழுதினீங்க. 'நல்ல எழுத்தாள னாக இருக்கணும்னா, அவன் நாகர்கோவில்காரனாக இருக் கணும், வட்டார வழக்குல எழுதணும்.'

அது சும்மா சீண்டிப் பாக்குற விஷயம். நகைச்சுவைக்காக எழுதப்பட்டது. அதை அப்படியே எடுத்துக் கொள்ளக் கூடாது. சு. சமுத்திரத்துக்கு சாகித்ய அகாடமி பரிசு கிடைச்ச போது, 'துணைவேந்தருக்கும் துணி வியாபாரிக்கும் பரிசு கிடைக்காமல் ஒரு எழுத்தாளனுக்குக் கிடைச்சது நல்ல விஷயம்' என்று எதுகை மோனைக்காக எழுதினேன். ஆனா ஒரு துணைவேந்தரை பாதிச்சதாக எனக்குக் கண்டனம் வந்தது.

★ தமிழ்ச் சமுதாயத்தினுடைய கலாச்சாரத்துல சமீப காலமாக ஒரு சீரழிவு வந்திருக்குதுங்கிறதை நீங்க ஒப்புக் கொள் றீங்களா?

இல்லை. அதை மாறுதல்னு சொல்லணும். இந்த மாற்றம் மனித கலாச்சாரத்திலேயே இருக்கு. அப்படி ஏதாவது சீரழிவுன்னு எடுத்துக்கிட்டா, அது வறுமையால் ஏற்படுகிற சீரழிவுதான். ஒழுக்கச் சீரழிவு அல்ல.

★ பாலகுமாரன் தன்னுடைய எழுத்துக்கள் நூறு வருஷம் வாழும்னு சொல்றாரு. உங்கள் எழுத்துக்கள்?

நூறு வருஷத்துக்கு தமிழே இருக்குமான்னு எனக்கு சந்தேகமாக இருக்குது. 'மெல்லத் தமிழ் இனிச் சாகும்' என்ற நிலைதான். காலத்தால் சாகாத இலக்கியம் படைப்பது - இந்த மாதிரி தொடர்களில் எனக்கு நம்பிக்கை இல்லை.

★ காட்சி ஊடகம் எதிர்காலத்தில் அச்சு ஊடகத்தை முந்திக் கொண்டு போய் விடும் என்ற கருத்தில் அப்படிக் கூறுகிறீர்களா?

அது மட்டுமல்ல. பேப்பர் பற்றாக்குறை ஒரு பயங்கரத்தை விளைவிக்கும். எந்த எழுத்தை எதிர்காலத்துக்கு வைத்துக் கொள்ள வேண்டும் என்பதை அரசாங்கம் தீர்மானிக்க வேண்டிய நிலைமை வரும். அல்லது மைக்ரோ பிலிமுக்கு ஆகும் செலவைக் கணக்கில் எடுத்துக் கொண்டு, இந்தச் சிறுகதை எதிர்காலத்துக்குத் தேவையா என்பதை ஒரு கமிட்டி தீர்மானிக்க வேண்டிய நிலைமை வரும்.

★ நான்-லீனியர் எழுத்து பற்றி உங்கள் எண்ணம்?

இப்போது அது அதிர்ச்சி மதிப்புக்காக மட்டுமே பயன்படுத்தப் படுகிறது. இந்த அதிர்ச்சி மதிப்புக்கு மேல் விஷயங்கள் வரும் போதுதான் அதைப் பற்றிக் கணிக்க முடியும்.

★ புதுக் கவிதை தேங்கி விட்டதா? அல்லது அதற்கு வேறு ஒரு விதமான பாய்ச்சல் சாத்தியம் என்கிறீர்களா?

புதுக் கவிதைக்கு அம்பது, அறுபதுகளில் மற்றும் வானம்பாடி இயக்கத்தில் இருந்த உற்சாகம் இப்போது இல்லை. எல்லோ ருமே சினிமாவுக்குப் போயிட்டாங்க.

★ சுபமங்களா பற்றி!

உங்கள் வாசகர்களை முதலில் நிர்ணயம் செய்துக்குங்க. யாரைப் போய் அடையறோம்கிற கணிப்பு வேணும். மூணு வருஷம் கஷ்டப்பட்டு நடத்திட்டா, தானாகவே ஒரு இயங்கு சக்தியாக அது மாறிடும். உங்க சாதனை என்னன்னா பெயர் முக்கிய மில்லேன்னு பண்ணிட்டீங்க. அது சுபமங்களான்னு பெயர்ல போட்டாலும் அதில் வருகிற விஷயம்தான் முக்கியம்னு பண்ணிட்டீங்க.

★ ஆமா, கிராம ஊழியன்கிற பேரில் இலக்கிய இதழ் இப்ப வரல்லியா என்ன?

ஆமா! புதுமைப்பித்தனே அதில் எழுதியிருக்கார். அப்புறம் கவிதையைத் தேர்ந்தெடுத்துக்கிறதுல கவனக் குறைவு இருக்கு. அதைச் சரி பண்ணனும். இளம் எழுத்தாளர்களுக்குச் சந்தர்ப்பம் கொடுக்கணும். நாடகங்கள், சிறு கதைகள் இதுல ஒரு பயிற்சி முகாம்கூட சுபமங்களா சார்பாக நடத்தலாம். சில விமரிசகர்கள், எழுத்தாளர்கள் இவர்களைக் கூப்பிட்டு புதிதாக எழுதறவங் களுடைய எழுத்துக்களை அனலைஸ் பண்ணலாம். பட்டிமன்றங் களைவிட இது பயனளிக்கும்.

# 3

## காலச்சுவடு

தமிழ்ப் பத்திரிகைகளைத் தற்போது தெளிவாக இரு வகையில் பிரிக்க முடிகிறது. வெகுஜனப் பத்திரிகைகள், சிறு பத்திரிகைகள். இவ்வாறான ஒன்றுக்கொன்று குறுக்கிடாத Mutually Exclusive பிரிவு மற்ற மொழிகளில் இருக்கிறதா என எனக்குத் தெரிய வில்லை. மலையாளத்தில் கிடையாது என்று நண்பர் நீல. பத்மனாபன் சொன்னார். தமிழில் இரண்டு உலகங்களும் வெவ்வேறு தளத்தில் ஒன்றை ஒன்று கண்டு கொள்ளாமல் இயங்கினாலும், இரண்டையுமே உருவம், உள்ளடக்கம் போன்றவற்றில் மிகவும் எதிர்பார்க்க முடிகிறது.

விசேஷ சமயங்களில் தொடர்கதைகள் ஒரு சில 'பிரபல' எழுத்தாளர்கள் எழுத, ஒரு சில 'பிரபல' ஓவியர்கள் படம் போட, வீட்டு மனை, தங்கச் சங்கிலி போன்ற பரிசுத் திட்டம், வேலைக்காரியை வைத்திருக்கும் கணவர்கள், முட்டாள் அரசியல்வாதிகள், திரும்பி வரும் கதைகள் போன்ற அமர விஷயங்களைப் பற்றி ஹாஸ்யத் துணுக்குகள் கொண்ட வெ.ஜ. பத்திரிகைகள் எல்லாம் ஒரே ஒரு பத்திரிகைதான். என் நண்பன் இதற்கு 'குங்குமம் பேசுகிறது' என்று பெயர் வைத்திருக்கிறான்.

சிறு பத்திரிகைகளிலும் ஒரு சிலர்தான் திரும்பத் திரும்ப எழுதுகிறார்கள். ஓரிரண்டு ஓவியர்கள்தான் படம் போடு கிறார்கள் (மருது, ஆதிமூலம்). ஒருவரை ஒருவர் விமர்சித்துக் கொண்டு, கட்டுரைகள் எழுதிக் கொண்டு சில விஷயங்கள்

திரும்பத் திரும்ப வருகின்றன. ஸ்டரச்சுரலிஸம், ஆல்பேர் காம்யு, தாஸ்தாய்வஸ்கி, க.நா.சு., மௌனி, எக்ஸிஸ்டென்சிய லிஸம், புரிசை தம்பிரானின் தெருக்கூத்து இம்மாதிரி சில தலைப்புகளில் கட்டுரைகளை அடக்கி விடலாம்.

நவீன தமிழிலக்கியம் என்பது இவை இரண்டுமே இல்லை என்கிற சித்தாந்தத்தை உங்கள் முன் வைக்குமுன் 'காலச்சுவடு' சிறப்பிதழ் 1991ஐப் பார்க்கலாம்.

மொத்தம் 295 பக்கங்கள். ஆதிமூலத்தின் வண்ணத் திட்டுகளுடன் நேர்த்தியான அட்டை அமைப்பு. அங்கங்கே ஆதிமூலத்தின் கோட்டுச் சித்திரங்கள், சிறு கிறுக்கல் சித்திரங்கள், கட்டுரைகள், கதைகள், மதிப்புரைகள். பெரும்பாலும் அவர்களைப் பற்றி அவர்களே. கவிதைகள், நாடகங்கள், சாதத் ஹசன் மாண்டோ என்பவரைப் பற்றிய குறிப்புகளுடன் மொழிபெயர்ப்புக் கதை கள் இவ்வாறு... நிறைய விஷயங்கள் கொண்டு வெளிவந்திருக் கும் 'காலச்சுவடு' நவீன தமிழ் இலக்கியத்தின் ஒரு மைல் கல்லா என்று நீங்கள் தீர்மானிக்க உதவவே இந்த விமரிசனம்.

மதிப்புரை என்பது பொது மக்களுக்கு செய்தி இதழ்களில் எழுதப் படுவது. திறனாய்வு என்பது இலக்கியத்தில் உள்ள அழகையும் மதிப்பையும் பற்றித் தீர்மானிப்பது என்பது போன்ற கருத்துடன் சுந்தர ராமசாமிக்கு உடன்பாடு என்று அவர் குறிப்புகளில் இருந்து தெரிகிறது. நான் மதிப்புரைக்கும் திறனாய்வுக்கும் இடையே ஒரு காரியம் செய்ய விரும்புகிறேன். இந்தப் புத்தகத்தில் பிடித்த பிடிக்காத விஷயங்களைப் பளிச்சென்று சொல்லி விடுகிறேன். தீர்ப்பு உங்களுடையது.

இதற்கான உன் தகுதி என்ன என்றால், 'காலச்சுவடு' மதிப்புரைக் காக 'சுபமங்களா'வுக்கு இந்தப் புத்தகத்தை அனுப்ப, அவர்கள் எனக்கு அதை அனுப்பி விமரிசனம் எழுதச் சொன்ன ஒரே காரணம்தான். இருந்தும் இதை எழுதுவதில் எனக்கு இஷ்டமே.

சிறு பத்திரிகை இயக்கம் தமிழில் சரியாகப் படியாததற்கு சிறு பத்திரிகைகளே காரணம் என்பது என் கருத்து. பாதிக்கும் மேல் மிகவும் கனமான விஷயங்களை மிகவும் வறண்ட, சிக்கலான, கடுமையான உரைநடையில் கொடுத்துப் படிப்பவருக்குப் புரிய வேண்டும் என்கிற பொறுப்பே அற்று இருப்பதுதான். அவர் களைத் தனிப்பட்ட குழுவின் மூளைப் பயிற்சியாக (Intellectual

Exercise) பண்ணி மற்ற பேர் அண்ட முடியாமல் ஒரு வர்க்கமே கும்பலாக உட்கார்ந்து கொண்டு முதுகு சொரிந்து கொள்ளும் நிலை இன்று ஏற்பட்டிருக்கிறது.

அதே சமயம், இந்த சிறு பத்திரிகைச் சூழலில் சில பிரமிக்கத்தக்க படைப்புகளும் வெளிவந்திருப்பது அசைக்க முடியாத உண்மை. சென்ற முப்பது வருஷங்களில் பெயர் சொல்லத் தக்க சிறுகதைகளும், கவிதைகளும் இந்தச் சிறு பத்திரிகைகளில்தான் வந்திருக்கின்றன. ஆனால், அவைகளுக்கு ஆதரவு இல்லை. படிக்க ஆட்கள் இல்லை. காட்டில் எரிந்த நிலாவாகப் போனதுக்கு இந்தச் சிறு பத்திரிகைகளில் விரவிக் கிடக்கும் Obscurity முக்கியக் காரணம். அதற்கு அவைகளின் பொறுப்பற்ற ஆசிரியர்களைத்தான் குற்றம் சொல்வேன். காலச்சுவடு 91ஐ உதாரணமாக எடுத்துக் கொண்டால், பளீர் என்று முகத்தில் அறைகிறார் போல் தெரிவது அதன் வேறுபாடுதான். மொத்தம் இருபத்து இரண்டு அடிக் குறிப்புகளுடன் 'தமிழ் சூழலும் போஸ்ட் ஸ்ட்ரச்சுரலிஸமும்' என்று ஒரு கட்டுரை இருக்கிறது. அதிலிருந்து ஒரு வாக்கியம். 'தன்னிலையைக் கரைத்தழிப்பதில் முடிவான நிலையைக் கொண்டு வந்தது தெரியா தூய அனுபவக் களம் என்பது உறவுகளின் மெல்லிய ஜவ்வாகி விடுகிறது.' இந்தக் கட்டுரை யாருக்காக?

நான் ஸ்ட்ரச்சுரலிஸம், அமைப்பியல்வாதம் போன்ற அணுகு முறைகளை எதிர்ப்பவன் அல்ல. ஆனால் முதலில் ஸ்ட்ரச் சுரலிஸம் என்பதை எளிமையாக விளக்கி ஒரு கட்டுரை தமிழில் வராமல், இந்த மேலை நாட்டு அணுகுமுறை நம்மிடையே இன்னமும் ஊறாமல், இப்படி திடுதிப்பென்று மீடியேஷன், ரேஷனலைசேஷன் என்று பயங்காட்டினால் அது ஆசிரியரின் இருபத்திரண்டாம் குறிப்பில் தமிழில் படைப்பாளி ஒருவர் தமிழ்நாட்டில் தன்னோடு சேர்த்து மூன்றே பேருக்குத் தான் ஸ்ட்ரச்சுரலிஸம் தெரியும் என்று சந்தோஷப்பட்டுக் கொண்டார் என்று எழுதியிருப்பதுடன் நம்மைச் சம்மதிக்க வைக்கிறது.

அதே சமயம் இரண்டு அருமையான கட்டுரைகளும் இந்த மலரில் இருக்கின்றன. 'தமிழர் நோக்கில் பண்பாடும் மொழியும்' மிகத் தெளிவான சிந்தனைகளின் வடிவத்தில் இருக்கிறது. 'மழை வருவித்தல், ஊரை எரித்தல் போன்ற இயற்கை விதிகளை மீறும் ஆற்றலைப் பெண்ணின் கற்புக்குக் கொடுத்திருப்பதைப் போல, ஆணின் கற்புக்குத் தனி ஆற்றல் கொடுக்காதது, கற்பு என்

பதற்குத் தமிழ்ப் பண்பாட்டில் தனி அர்த்தம்' என்கிற அண்ணாமலை, இந்தக் கட்டுரையில் பண்பாட்டுக்கும் நாகரிகத்துக்கும் வேறுபாடு கண்டு சங்க காலத்து பண்பாட்டையும் இக்கால பண்பாட்டையும் ஒப்பிட்டு உயர்வு, தாழ்வு காண்பதும் தவறானது என்று குறிப்பிடுகிறார்.

அதுபோல் கிருஷ்ணனின் 'ராம ஜன்ம பூமி' கட்டுரையும் மிகத் தெளிவான சில சிந்தனைகளைத் தருகிறது. அவர் கருத்துக்கள் சிலதுடன் நாம் ஒத்துப் போக இயலாவிட்டாலும் (இடித்தால் என்ன? அதனால் ஏற்படும் குழப்பத்தைவிட தினம் இரண்டு பக்கங்களிலும் ஏழைகள் செத்துப் போவது மோசமானது என்கிறார்). ஏழை எளியவர்களுக்கு மானம், மரியாதை, அழகுணர்வு போன்றவை தேவையற்ற சொகுசுகள் என்று நினைப்பது தப்பு என்று அவர் சொல்லும் கருத்து ஆழ்ந்து சிந்திக்க வைக்கிறது.

இருந்தும் கிருஷ்ணன் தனது மையக் கருத்துக்கு வர மிக நேரமாகிறது. மற்ற கட்டுரைகளிலும் இந்தத் தர வேறுபாட்டைக் காண முடிகிறது. (ரஷ்யப் புரட்சி, ஆர்மினியக் கவிஞன் அவேதிக் அசாகியான், தவறாமல் ஆல்பெர் காம்யு, பாரதிதாசன்) கதைகளிலும் சில கதைகள் பெரும்பாலும் சிறந்திருக்கின்றன. சில கதைகளில் சிறப்பு ஒளித்து வைக்கப்பட்டிருக்கிறது. அம்பையின் 'ஒரு எலி, ஒரு குருவி' என்கிற சிறுகதை மதராஸிகளைப் பற்றி கிண்டலையும் தமிழ்ப் புத்தகம் விற்பவர் வேஷ்டிக்குள் கை விட்டுக் கொண்டே பெண்கள் சிறப்புப் பற்றிப் பேசுவது போன்ற அங்கத முயற்சிகளையும் எடிட் செய்திருந்தால் மிகச் சிறப்பான கதையாகி இருக்கும். அம்பை மென்மையான எலி, குருவி போன்ற ஜந்துக்களிடம் சினேகிதத்தையும் நகரத்தின் மூர்க்கத்தனமான முகத்தையும் வர்ணிக்கும் போதுதான் கதை உண்மையாக இருக்கிறது.

'நகரம் ராட்சசன் மாதிரிக் கிடக்கிறது. அதன் நடுவே முட்டி மோதிக் கிளைத்திருந்த மரத்தின் கிளையில் ஒரு சிட்டுக் குருவி.'

வண்ணதாசன், கல்யாண்ஜியின் சில கதைகள் நன்றாகப் புரிகின்றன. சில கதைகள் உத்திரவாதமாக மூன்று முறை படித்தால்தான் புரிகின்றன. அவர் எழுதியிருக்கும் 'குளிப்பதற்கு முந்திய ஆறு' என்னும் கதையில் ஒரு நல்ல கதை அனாவசியத்துக்கு ஒளித்து வைக்கப்பட்டிருக்கிறது. வண்ணதாசனின் சிறுகதைகளில் இருக்கும் நுட்பம் சில வேளைகளில் அரிசியில்

பைபிளை எழுதுவது போல அத்தனை விவரங்களும் இருக்கும். இந்த விவரங்களின் மோகத்தில் கதையை நடத்தத் தவறி விடுகிறார்.

இதற்குச் சரியான உதாரணம் இந்தக் கதை. குடித்து விட்டு ரோட்டில் கிடக்கும் கணவன், அவனை நேசித்த மனைவி, இப்போது ரோட்டில் கிடந்தாலும் பாராமுகமாகப் போகிறாள். மீன் தொட்டியையே பார்த்துக் கொண்டிருக்கும் பையன், விவரம் தெரியாத பெண், பயோ என்னும் வயலின் நண்பன் மனைவிக் கும் இவனுக்கும் இடையில் மெலிதான அடல்ட்டரி. மகா நுட்ப மாகச் சொல்லப்பட்டிருக்கும் அடல்ட்டரிக்கு நான் ஆட்சேபிக்க வில்லை. ஆனால், இந்தக் கதையை அதன் வார்த்தைகளிலிருந்து பிரித்து எடுப்பதற்கு ஏற்படும் சிரமத்தைத்தான் ஆட்சேபிக் கிறேன். பொதுவாகவே காடலாகிங் (Cataloguing) என்று சொல்லப்படும் விவர மோகம் எல்லா சிறு பத்திரிகை சிறு கதை யாளர்களிடமும் உள்ளது.

'ஆறி விட்டிருந்த டீயை ஒரே மடக்கில் கவிழ்த்துக் கொண்டு சில்லறை கொடுத்து விட்டு பெஞ்சிலிருந்து எழுந்தான். அருகி லிருந்த பெட்டிக் கடையில் ஒரு சிகரெட் வாங்கினான். நெருப்பு கேட்டான். கடைக்காரன் தந்திக் கம்பத்தைக் காட்டினான். அதில் சணல் கயிறு புகைந்தவாறு தொங்கிக் கொண்டிருந்தது. லோம்டே நெருப்புப் பெட்டி கேட்டான். கடைக்காரன் தயங்கியபடி தீப் பெட்டி எடுத்து பாட்டில் மேல் வைத்தான். லோம்பே பாக்கெட்டி லிருந்து சில்லறை எடுக்கப் போனான். கடைக்காரன், ஏதோ கூறியபடி பாட்டிலின்மேல் வைத்த பெட்டியை எடுத்துக் கொள் என்கிற விதமாய் முன்னகர்த்தினான்'. 'நிழல்' விமலாதித்த மாமல்லன்.

இது எந்த விதத்தில் எப்போது நவீன தமிழிலக்கியத்தின் உதாரணமாகிறது என்று நீங்கள் தீர்மானிக்கலாம். இருந்தும் இந்தக் கதையைத் தொகுப்பின் சிறந்த கதையாக நான் சொல்லக் காரணம், இதில் பொதிந்திருக்கும் எச்சரிக்கை Pemonition. இதை விஞ்ஞானக் கதையின் அளவுக்கு உயர்த்தி விடுகிறது. இந்தக் கதையிலும் சாவு பற்றிய 'தீர்க்க சர்ச்சைகள்' நீக்கப்பட்டிருந்தால் அருமையான வடிவம் பெற்றிருக்கும்.

'நீண்ட மூக்குடன் நீலநிறச் சட்டை அணிந்து வலப் புறத்தில் அமர்ந்திருந்தவன், இடது கையால் செஸ் காயையும், வலது

கையால் ஷூ லேஸையும் தொட்டபோது, அவன் பிஷப் அடிபட்டுப் போனது' கோலாகல சீனிவாஸ்.

எல்லோரிடமும் ஒரு ஸ்லோ மோஷன் தன்மையும், சிறுகதை வடிவத்தைப் பற்றிய தீர்மானமின்மையும் இருப்பதைக் கவனிக்கிறேன். (விதிவிலக்கு, தமிழ்ச் செல்வனின் 'பின்னணி இசை இன்றி' சிறுகதை வடிவம் சிறப்பாக அமைந்த கதை இது). சிறுகதை என்பது டிஸ்கர்ஷன் (Discursion) அல்ல. எங்கேயாவது ஆரம்பித்து மனதின் எண்ணங்களை அலையவிட்டு, பால் சாப்பிடும் நாய்க் குட்டி போல் அலுக்கும்போது விட்டு விடுவது அல்ல என்று, யாராவது இவர்களுக்குச் சொல்லித்தான் ஆக வேண்டும். தன்மை விவரணைக்கும் சிறுகதைக்கும் வித்தியாசம் தெரிய ஆர்வெல்லின் A hanging, வில்லியம் கார்லாஸ் வில்லியம்ஸின் The use of force இரண்டையும் இவர்கள் அனைவரும் கட்டாயம் படிக்க வேண்டும். திலீப் குமாரின் நாவலின் முதல் அத்தியாயம் தமிழ் நடையில் புதுமையான முயற்சி.

'இந்தக் கதையினுடைய நாயகர்கள் நீங்கள் இருவர். ஒன்று நீங்கள்; மற்றது உங்களுடைய செல்ல நாய்க் குட்டி.' இவ்வாறு கதாநாயகனை முன்னிலையில் வைத்து முழு நாவலையும் எழுத முடிந்தால், அசாத்திய சாதனை என்பேன். திலீப் குமாரின் சில வர்ணனைகளும், ஒரு குறிப்பிட்ட குஜராத்தி சமூகத்தினரை நுட்பமாகக் கவனித்து எழுதப்பட்ட வரிகளும் அவரை மிக முக்கியமான எழுத்தாளராக எனக்கு அடையாளம் காட்டுகிறது.

நாடகங்கள் இரண்டு உள்ளன. ஒன்று தில்லியில், வெங்கட் சாமிநாதனின் கூற்றுப்படி, தமிழ் நாடக உலகில் பெரும் பாய்ச்சலை ஏற்படுத்திய 'கருஞ்சுழி' என்னும் பெரும்பாலும் உடல் அசைவுகள் கொண்ட நாடகம். 'இந்த நாடகத்தின் பலவீனமான அம்சமே பேச்சுதான்' (வெங்கட்). மற்றொரு நாடகம் 'சைபீரிய நாரைகள் இங்கு வரப் போவதில்லை' என்னும் தலைப்பிட்ட எம்.டி. முத்துக்குமாரசாமியின் நாடகம். மைம், ஸிம்பாலஜி, நாடகத்தின் ஒரு பாத்திரம் ஒரு பாரா முழுவதும் 'கிறிச்சு கிறிச்சு கிறிச்சு' என்றே சொல்லிக் கொண்டிருக்கும் உரையாடல்கள். இவை மட்டும்தான் நாடக இலக்கியம் என்று சொன்னால் நீங்கள் ஒப்புக் கொள்வீர்களா?

நாடகத்தின் மற்ற பரிமாணங்களை இவர்கள் பிடிவாதமாக ஆமோதிக்க மறுப்பதும் ஒரு வகையில் 'க்ளிஷே' ஆகி விட்டது.

கவிதைகளில் தேவதச்சனின் 'நான்கு பௌர்ணமிகள்' என் னுடைய பௌர்ணமிகளை நினைவுபடுத்தின. சுந்தர ராமசாமி சம்பிரதாய சிறுகதை அமைப்பில் இருந்து எவ்வளவு தூரம் விலகி வந்து விட்டார் என்பதற்கு அவருடைய 'காகங்கள்' சிறுகதை சாட்சி. அவர் இதை வளர்ச்சியாகக் கருதலாம். எனக்கு என்னவோ இது ஒரு இழப்புதான். அவர் சிறுகதைகளை அம்பையும், மற்றொரு புத்தகத்தை மற்றொருத்தரும் விமரிசித் திருக்கிறார்கள். மாறாக சுந்தர ராமசாமி தன் அபார திறமை கொண்டு இந்தத் தொகுப்பின் கதை, கட்டுரைகளைச் சற்றே எடிட் பண்ணி பாதியாகக் குறைத்திருந்தால் தமிழுக்கு ஒரு நல்ல காரியமாக இருந்திருக்கும்.

காலச்சுவடு - சிறப்பிதழ் 1993
ஆசிரியர்: சுந்தர ராமசாமி

# 4

## பூர்ணமும் நானும்...

பூர்ணம் அவர்களை நான் முதலில் பார்த்தது டில்லியில். அங்கே தட்சிண பாரத நாடக சபா குழுவில் அவர் நடித்த 'அண்டர் செக்ரட்ரி' நாடகம் பார்க்கும் சந்தர்ப்பம் கிடைத்தது. அதற்கு முன் பூர்ணம் அவர்களின் நாடு தழுவிய கணீரென்ற குரலை லட்சக்கணக்கான தமிழர்களுடன் ஆல் இண்டியா ரேடியோவில் 'செய்திகள் வாசிப்பது பூர்ணம் விசுவநாதன்' என்று கேட்டிருக்கிறேன். ரேடியோ வாசிப்பில் ஒரு அழுத்தமும் நம்பிக்கையும் பி.பி.ஸி. போல ஒரு நம்பகத் தன்மையும் கொண்டு வந்தவர் பூர்ணம்தான். 'இன்று காலை சூரியன் மேற்கே உதித்தது' என்று அவர் படித்தால் நம்புவார்கள் போல அத்தனை ஆணி அடித்த குரல். வெங்கட்ராமன், பஞ்சாபகேசன், சரோஜ் நாராயண சுவாமி போன்றோர்களுக்கெல்லாம் அவர் உதாரணமாக இருந்தார். நேரில் பார்த்தால் குரலுக்குப் பொருத்தமாக இருப்பாரா என்று நான் வியந்ததுண்டு.

ஓர் அண்டர் செக்ரட்ரி என்று பொய் சொல்லிவிட்டு ஏகப்பட்ட சிக்கல்களுக்கு உள்ளாகும் மத்ய வர்க்க குமாஸ்தாவின் சோக நகைச்சுவை இந்தி நாடகத்தைத் திறம்பட அந்தக் குழுவினருடன் அவர் நடித்த நாடகம் மிகப் பிரசித்தமானது.

அப்போதே பூர்ணம் அவர்கள் பல (கல்கியின் கள்வனின் காதல் போன்ற) நாடகங்களை மேடையேற்றியிருக்கிறார் என்பது எனக்கு அத்தனை தெரிந்திருக்கவில்லை. ஆனால், அண்டர்

செக்ரட்ரியைப் பார்த்ததும் எனக்கு நாடகம் எழுத ஆசை ஏற்பட்டது. அதற்கு முன் முன்னுரிமையாகக் கதையெழுதி, நோபல் பரிசு வாங்கவும், மர்லின் மன்றோ போன்றவர்களைக் கல்யாணம் பண்ணிக் கொள்ளவும், கிரிக்கெட்டில் இந்தியா வுக்கு விளையாடவும் சின்னச் சின்ன ஆசைகள் எல்லாம் இருந்ததால் நாடகம் எழுதும் ஆசை ஒத்திப் போடப்பட்டது.

நாட்கள் நகர்ந்தன. என் போன்ற ஆரம்ப எழுத்தாளனின் கதை யில் வருவது போல் வருஷங்கள் உருண்டோடின. நான் துவக்கப் பேராசைகளையெல்லாம் கைவிட்டு ஒழுங்காக சுஜாதாவைக் கல்யாணம் பண்ணிக் கொண்டு காலாகாலத்தில் பிள்ளைகள் பெற்றுக் கொண்டு கடைசியாக மல்லேஸ்வரம் ரேஷன் ஆபீசில் நடுத்தர வர்க்கக் கணவன் என்கிற ஞானஸ் நானம் பெற்றேன்.

பங்களூருக்கு உத்தியோகம் மாறி சென்னைக்கு வந்திருந்த போது, அவரும் சென்னை மாற்றலாகி 'திட்டம்' பத்திரிகை ஆசிரியராகப் பணிபுரிந்து கொண்டிருக்கிற காலத்தில் மெரினா வில் புகழ் பெற்ற நாடகங்களில் ஒன்றை திருவல்லிக்கேணி திருமலாச்சாரியார் கலா மண்டபத்தில் பார்க்க நேர்ந்தது. அந்த நாடகம் முடிந்ததும், அவரைத் திரைக்குப் பின் சென்று சந்தித்து என்னை அறிமுகப்படுத்திக் கொண்டு 'என் பேரு சுஜாதா, ஒரு குட்டி எழுத்தாளன்.உங்களுக்கு நாடகங்கள் எழுத விருப்பம். நடிப்பீர்களா' என்று கேட்டு விட்டேன். அவர் 'அனுப்புங்கள் பார்க்கலாம். நடித்தால் போகிறது!' என்றார்.

வீட்டுக்குப் போன பத்தாவது நிமிஷம் நாடகம் எழுதி முடித் தேன். மொத்தம் பத்து பக்கம்தான் வந்தது அது. போதாதென்று காட்சி நிரப்புவதற்காக மற்றொரு நாடகம் எழுதி, அதுவும் போதாமல் மற்றொரு நாடகம் எழுதி மூன்றையும் அவருக்கு அனுப்பினேன். நாடகம் என்றால் என்ன, அதன் இலக்கணம் என்ன, அமைப்பு என்ன என்பதே தெரியாமல், எழுதிய அவற்றின் ஒரே சிறப்பு எழுதியவனின் ஆர்வம்தான். அவர் அதை எப்படியோ உணர்ந்து கொண்டு இந்த ஆசாமி இதை நடிக்கா விட்டால் தினம் ஒரு நாடகம் எழுதி அனுப்பிக் கொண்டே இருப்பான் என்று மூன்றில் இரண்டைத் தேர்ந்தெடுத்து, தொகுத்து 'ஒரு கொலை ஒரு பிரயாணம்' என்று வசீகரமான தலைப்பு கொடுத்து, அவைகளை மேடையேற்றினார். நான்

எழுதிக் கொடுத்ததை நகாசு வேலை செய்து, அதில் இருந்த ஒரு பரிமாணப் பாத்திரங்களை எல்லாம் புஷ்டியாக்கி மேடை யேற்றினார். நான் அடுத்த நாடகங்கள் எழுதுவதை நிறுத்தி, நாடகத்தின் அமைப்பைப் பற்றிப் படிக்க ஆரம்பித்தேன்.

ஒரு வருஷம் விட்டு அவருக்கு 'கடவுள் வந்திருந்தார்' என்கிற முழு நீள நாடகம் பகுதி பகுதியாக எழுதினேன். ஒவ்வொரு முறையும் மிகவும் ரசித்துப் படித்து உற்சாகப்படுத்தி கடிதம் எழுதுவார். அந்த நாடகம் இருபது வருஷங்களுக்குப் பின் இன்னமும் உயிருடன் இருக்கிறதுக்குக் காரணம் பூரணம் அவர்களின் நடிப்புதான்.

நான் நாடகம் எழுதத் துவங்கியபோது எனக்கு அதைப் பற்றி எந்தக் கருத்தும் இல்லை. இன்றைக்கும் இல்லைதான். ஆனால், பேப்பரில் எழுதும் வார்த்தைகளை உயிருடன் துள்ளி எழ வைக்கும் பூர்ணம் அவர்களின் திறமை கொடுக்கும் தைரியத்தால் தான் மேலும் நாடகங்கள் எழுதத் துணிந்தேன். 'டாக்டர் நரேந் திரனின் வினோத வழக்கு' என்னும் நாடகத்தில் லுக்குமியா வைப் பற்றி விளக்கும் ஒரு வசனம் ஏறக்குறைய மூன்று பக்கம் எழுதியிருந்தேன். அதன் பின் அதை எடிட் செய்து விடுமாறு சொன்னேன். பூர்ணம், 'வேண்டாம் இருக்கட்டும். அதை எப்படிச் செய்கிறேன் பாருங்கள். அதன் பின் எடிட் பண்ண லாம்' என்றார். அத்தனை பெரிய வசனத்தை ஏற்ற இறக்கத் துடன் அத்தனை இயற்கையாகச் சொல்லும்போது விதிவிலக் கில்லாமல் ஒவ்வொரு காட்சியிலும் கை தட்டல் வாங்கினார். அதன்பின் 'அடிமைகள்', 'மாறுதல் வரும்', 'அன்புள்ள அப்பா' போன்ற நாடகங்கள் எல்லாம் எழுதியபோது, ஒரு விமரிசகர், 'அவை பூர்ணத்துக்காகவே பிடிக்கப்பட்ட கொழுக்கட்டை கள்' என்றார். அந்த விமரிசகர் என்ன ஆனார் என்று தெரிய வில்லை.

எனக்கு நடிகருக்காக நாடகம் எழுதுவதில் தப்பு ஏதும் இருப்ப தாகப் படவில்லை. என்னைவிட நன்றாக நாடகங்கள் எழுதக் கூடிய வில்லியம் ஷேக்ஸ்பியர், ஹாம்லெட், ஒத்தெல்லோ இரண்டு நாடகங்களையும் ரிச்சர்ட் பர்பேஜ் என்னும் நடிகரை மனசில் கொண்டு எழுதியிருக்கிறார். அதே போல், மெய்லர், கான்க்ரீவ், ஷேரிடான் போன்றவர்களும் செய்திருக்கிறார்கள். அதனால் அதில் தப்பில்லை என்று தோன்றியது.

மேலும், பூர்ணம் நடிக்கிறார் என்ற தைரியத்தில் சில அசாத்திய காரியங்களை முயற்சி செய்ய முடிந்தது. எழுத்தாளனுக்கு மிகவும் உற்சாகமான பரிசு இது. அவன் எழுதிய வெறும் காகிதச் சொற்கள் உயிர் பெறும்போது பத்திரிகையில் எழுதப்பட்டு யாராவது வழி மறித்துப் பாராட்டுவது, 'கை குடு வாத்யாரே! பின்னிட்டே சிவகாமியின் சபதம்தானே நீ எழுதினது' போன்ற பாராட்டுகள் எல்லாம் இரண்டாம் பட்சம்தான்.

மேடை நாடகம் என்பது வேறு வர்க்கம். இது சினிமா இல்லை. சினிமா வசனத்தில் மேலே இருக்கும் லைட்பாய் கூட கை வைப்பார்கள். மேடை வேறு. ஒரு ப்ராஸீனியம். இந்தப் பக்கம் ஒரு உண்மை. அந்தப் பக்கம் ஒரு உண்மை. இரண்டு உலகங்களும் சற்று நேரத்துக்கு ஒரே பிரச்சினையைக் கவனிக்கின்றன. வாழ்கின்றன. அப்போது தேர்ந்த நாடக நடிகன் ஸ்டானிஸ்லாவ்ஸ்கி சொல்வது போல், மேடையில் 'அது இரட்டை வாழ்வு வாழ்கிறது'. நாடகப் பாத்திரமாக, அதே சமயம் தின வாழ்க்கையின் ஜாக்கிரதைகளுடன் ஒரு நிஜ மனிதனாக இரண்டு வாழ்வுகளும் ஒரு மானசீக வேளையில் மானசீகக் கோட்டில் இதிலிருந்து அது, அதிலிருந்து இது என்று மாறிக் கொண்டே இருக்க வேண்டும்.

பக்கத்து இருட்டில் சிகரெட் பிடித்துக் கொண்டிருப்பவன் மேடையில் நுழைந்ததும் ராமனாக வேண்டும். அப்படியே நீங்க பாத்திரமா மாறிட்டீங்க ஸார் என்று சொல்கிறோமே தவிர, நாடக நடிகன் அப்படியே மாற முடியாது. தின வாழ்வின் எச்சரிக்கைகள் பின்னணியில் எப்போதும் இருந்து கொண்டே இருக்க வேண்டும். இங்கே க்யூ வராது. அங்கே ஆரம்ப உதறல்காரன் தலையைச் சொறிவான். நாலு ஸீன் தாவுவான். இல்லை நடிகனே அன்றைய டென்ஷனைப் பொறுத்து மறந்து போகலாம். தலைப் பாகை உறுத்தலாம். தந்தி வந்திருக்கலாம். இம்சைகள். இவைகளிடையே ஒருவித 'வர்ச்சுவல் ரியாலிட்டி' என்பார்கள், அதைக் கொண்டு வர வேண்டும். பூர்ணம் போன்ற தேர்ந்த நடிகர்களாக இருந்தால் இந்த வர்ச்சுவல் ரியாலிட்டி என்பதை மற்ற உதவியின்றியே கொடுக்க முடியும்.

'டிரைவிங் மிஸ் டெய்ஸி' என்னும் நாடகம் பார்த்தேன். ஒரு வெள்ளை மூதாட்டி, அவளுடைய நீக்ரோ டிரைவர் இருவரைப் பற்றியது கதை. ஆரம்பத்தில் ஒரு கருப்பு, வெளுப்பு இனம்

சார்ந்த வெறுப்பில் ஆரம்பிக்கும் அவர்கள் உறவு இறுதியில் மனிதாபிமானம் பெறுவது கதையின் அடிப்படைக் கருத்து. பெரும்பாலும் மோட்டார் காருக்குள் நடக்கிறது. அதை எப்படி மேடையில் போடப் போகிறார்கள் என்று வியந்தேன். வெறும் இரண்டு பெஞ்சு. மானசீகமாகக் கதவு திறப்பது போலப் பண்ணி, இவன் முன் பெஞ்சிலும், அவள் பின் பெஞ்சிலும் உட்காரு கிறார்கள். அவன் ஓட்டுவது போல் பாசாங்கு; கிழவி கடைத் தெருக்களை பராக் பார்ப்பது போலப் பாசாங்கு பண்ண, பழக்கப்படும் வரை கவனம் கலையத்தான் செய்கிறது. ஆனால், சீக்கிரமே அவர்கள் நடிப்பில் இருக்கும் உண்மைத்தனம் பொறுப்பேற்கிறது. அவர்கள் பேச்சில் இருக்கும் வாழ்க்கை பிரதிபிம்பங்கள் இந்த சின்ன காரில்லாக் குறையை மறக்க வைக்கிறது. அது போல் பூர்ணம் எந்த மேடை, எந்த தகர நாற்காலியிலும் முதல் நிமிஷத்திலேயே கவனத்தைக் கவர்ந்து அச்சடித்து நிறுத்த வல்லவர்.

அவருடைய வெற்றிக்கு முக்கிய காரணங்கள் பல உண்டு. முதல் காரணம் அவர் ஒரு எழுத்தாளர். எழுத்தாளருக்கு, ராஜ யோகம் முதலீடு திட்டத்துக்கு விளம்பரம் எழுதும் எழுத்தாளராக இருந்தால்கூட மற்ற பேரைக் கவனிக்க வேண்டிய பொறுப்பு கட்டாயம் வேண்டும். பூர்ணம் முழு எழுத்தாளர். அதனால் வாழ்க்கையை நிறைய கவனித்திருக்கிறார் அவர். மற்றொரு காரணம் அட்டகாசமான குரல். ரெக்ஸ் ஹாரிஸன் போல. குரல் ஏற்ற இறக்கம், குரலைக் கடைசி வரிசையை நோக்கி எறிவது, எல்லாம் தெரிந்தவர். மூன்றாவது அவருடைய குடும்பத்தின் உற்சாகம்; ஒத்துழைப்பு. திருமதி பூர்ணம் அவர்கள், வாழ்க்கை யில் பல சந்தோஷங்களையும் துக்கங்களையும் சந்தித்த நாட்களில் எல்லாம் அவருடன் இருந்து பரிபூர்ணமான பங்கு கொண்டவர். அவருடைய திருமதியும் மகன், மகள்களும்கூட இந்த நேரத்தில் பாராட்டப்பட வேண்டியவர்கள்.

நான்காவதாக, பூர்ணம் அவர்களின் எளிமை, அவையடக்கம். எல்லாப் பாராட்டையும் கூச்சத்துடன் மற்ற பேரிடம் திசை திருப்பி விடும் பெருந்தன்மை. கொஞ்சம் அதிகமாகவே புகழ்வார். எத்தனையோ சம்பவங்கள் அவர் பொறுமையைச் சோதித்தாலும் சிரிப்பு மாறாது. நான் ஒரு சவால் விடுகிறேன். நாடகத்தில் தவிர, அவரை யாராவது கோபிக்க வைத்து விட்டால் அன்னாருக்குப் பரிசாக ஒரு எவர்சில்வர் வாளியும், ஷாம்பு

பாக்கெட்டும் கொடுக்கிறேன். ஒன்றுக்கு மேற்பட்டவர்கள் வெற்றி பெற்றால் வாளியிலேயே குலுக்கல்.

சங்கீத நாடக அகாடமி அவருக்கு விருது கொடுத்து தன்னைப் பெருமைப்படுத்திக் கொண்டிருக்கிறது.

என்னைப் பொறுத்தவரையில் அவர் 'போதும் நிறுத்திடுங்கோ' என்று சொல்லும் வரை நாடகங்கள் எழுதிக் கொடுக்க உத்தேசம்.

*சுபமங்களா, ஜனவரி, 1993.*

# 5

## புதுமைப்பித்தன் படைப்புகள்

(விமர்சனம்)

புதுமைப்பித்தன் தன் குறுகிய வாழ்நாளில் எழுத்தின் அத்தனை சாத்தியங்களையும் முயன்று பார்த்திருக்கிறார். அவர் தொட்ட எதிலும், அது கதையோ, கட்டுரையோ, மொழிபெயர்ப்போ அவருடைய தனி முத்திரை இருந்தது நிச்சயம். இரண்டு வரிகளிலேயே இது புதுமைப்பித்தன் என்று சொல்லி விடலாம். அதனால் ஐம்பது ஆண்டுகளுக்கு முன் அவர் எழுதிய காலத்தில் ஒரு ஸூப்பர் ஸ்டாராக இருந்திருக்கிறார். அவர் கதைகளுக்காக வீட்டில் போய் காத்திருந்து போட்ட பத்திரிகாசிரியர்கள் இருந்தார்கள். இத்தனைக்கும் பு.பி. அந்தக் கால வெகுஜனப் பத்திரிகைகளில் அதிகம் எழுதவில்லை. என்றாலும், அவர் ஐம்பது வருஷம் நீடித்து நிற்கிறார் என்பதற்கு முக்கியமான காரணம் அவர் ஒரு முன்னுதாரணர். ஒரு பயனியர் (pioneer). தமிழ் உரைநடையில் முன்னூறுக்கும் மேற்பட்ட சாத்தியக் கூறுகளைக் காண்பித்தார். சங்க கால ஆபரணங்கள் அணிந்து கொண்டிருந்த தமிழன்னையைக் கொஞ்சம் மேற்கு நோக்கித் திருப்பி இப்படிச் செய்தால்கூட அழகாக இருக்கிறாயே என்று தைரியமாக அவளை அழைத்து வந்து நடை பழகச் சொன்னார். பிற்காலத்தில் அந்தச் சுதந்திரம் பலரால் விஸ்தரிக்கப்பட்டதற்குக் காரணப் புருஷருமானார்.

ஒரு எழுத்தாளர் அமரத்துவம் (அ) சாகாவரம் பெற்று விட்டார் என்பதற்குச் சில முக்கிய அடையாளங்கள் உண்டு. அவர் படைப்புகளை சாகித்ய அகாதமி போன்றோர் மொழிபெயர்த்து

வெளியிடுவார்கள். மதுரை காமராஜ் போன்ற பல்கலைக் கழகங்கள் எம்.ஏ. பாடப் புத்தகமாக வைத்து 'இருபது வரிகளுக்கு மேற்படாமல் இவருடைய கற்பனைத் திறமை பற்றி எழுதுக' என்று பரீட்சைத் தாளில் கேள்வி கேட்பர். இதெல்லாம் நடந்தால், அவரை ஜனங்கள் மறந்து கொண்டிருக்கிறார்கள் என்பது உத்திரவாதம்.

பிறந்த தினம் அல்லது இறந்த தினம் மட்டும்தான் ஞாபகத்தில் இருக்கும். சில கிழவர்கள் மயிலை சாஸ்திரி ஹாலில் பேசும்போது, இந்த மறதி முழுமை பெறுகிறது.

பாரதிக்கும் பாரதிதாசனுக்கும் அப்படித்தான் ஆகிக் கொண்டிருக்கிறது. மு.வ. இந்தப் பட்டியலில் எப்போதோ சேர்ந்து விட்டார். அண்மையில் நா. பார்த்தசாரதி அவர்களைப் பற்றி உருக்கமாகக் கட்டுரை வந்தது.

புதுமைப்பித்தனை அந்த மறதி கோஷ்டியில் எளிதில் சேர்க்க முடியாது. காரணம் ஒவ்வொரு தலைமுறையும் கண்டுபிடிப்பதற்கு அவரிடம் ஏராளமான சரக்கு இருக்கிறது. என்னை வந்து சந்திக்கும் ஆரம்ப எழுத்தாளர்கள் பலர் மேசை மேல் தெருக் கோடி கடையில் வாங்கிய ஆப்பிள்களை வைத்ததும் கேட்கும் கேள்வி 'என்னன்ன புக்ஸ் படிக்கணும் சார் எழுத்தாளனாவதற்கு?' எல்லோரிடமும் தவறாமல் 'புதுமைப்பித்தன் படிங்க!' என்பேன்.

சிலர் படித்து விட்டு மனமொடிந்து, 'நான் செய்ய நினைச்சது எல்லாமே அவர் செய்து விட்டாருங்களே, இனிமே எழுத ஏதும் பாக்கியில்லைங்க; உஜாலா விளம்பரத்தைத் தவிர' என்று கடிதம் எழுதி ஆட்டோமொபைல் டிப்ளமா படிக்கத் தீர்மானித்து விட்டேன் என்று முடிப்பார்கள். நான் மௌனமாகப் புன்னகைப்பேன். தமிழன்னையை மற்றுமொரு எழுத்தாளரிடமிருந்து காப்பாற்றிய திருப்தியில்.

புதுமைப்பித்தனைப் படித்ததும் சுதந்தரமாக அவருடைய பாதிப்பு இல்லாமல் எழுதுவதற்கு தைரியம் வேண்டும். இன்றைக்கு நன்றாக எழுதுபவர்கள் பட்டியல் ஒன்று கைவசம் வைத்திருக்கிறேன். அவர்கள் அனைவரிடமும் புதுமைப்பித்தனின் நடையின் பாதிப்பு இருப்பதை எந்தக் கோர்ட்டிலும் நான் சாட்சி சொல்லத் தயார்.

இத்தனைக்கும் புதுமைப்பித்தன் கதைகள் பல மிக அவசர மானவை; குறைபட்டவை; அவசரமும் முழுமையற்ற தன்மையும் இருந்தும் நடையழகின் ஜொலிப்பில் கதையை மழுப்பிக் கொண்டு சென்று விடுவார். மிக மிக விஸ்தாரமாகக் கதையை ஆரம்பித்து ஒண்ணரை பக்கத்தில் முடித்து விடுவார். எங்கோ ஆரம்பித்து எங்கோ முடிப்பார்.

புராணக் கதை, உருவகக் கதை, திருநெல்வேலி பிள்ளைமார் கதை, நகர வாழ்வின் நரகம் பற்றி கதை, கங்காணிக் கதை எல்லாவற்றிலும் நடையில் மேம்போக்கான கிண்டலும் ஒரு இன்டலெக்சுவல் கதாசிரியனின் உயர் ஸ்தானமும் தெளிவாகவே தெரியும். புதுமைப்பித்தனைப் படிக்காதவர்கள் தமிழில் சிறுகதை எழுதக் கூடாது.

புதுமைப்பித்தனின் அனைத்துப் படைப்புகளையும் ஐந்திணைப் பதிப்பகம் வரிசையாக வெளியிட்டுக் கொண்டிருக்கிறார்கள். முதலில் அவர் சிறுகதைகள் அனைத்தும் ஆயிரம் பக்கங்களாக வெளிவந்தன. இப்போது அவர் மொழிபெயர்ப்புகள், தழுவல்கள் (தழுவல் என்கிற வார்த்தை பிரயோகத்தை உடனே 356ன் கீழ் தடை செய்ய வேண்டும்).

புதுமைப்பித்தன் மொழிபெயர்ப்புச் சிறுகதைகளை அறிமுகம் செய்வதற்குக் காரணம் முன்னுரையில் சொல்கிறார்: 'தற்போது சிறுகதை என்று மேல் நாட்டவர்கள் குறிப்பிடும் அமைப்பு, வேகத்தையே அடிப்படையாகக் கொண்ட ஒரு யந்திர நாகரிகத்தின் துரித உற்பத்தி. அமைப்பு லாவண்யங்களிலும், கையாளப்படும் அசாதாரண வார்த்தைக்கு மீறிய அதீத விஷயங்களிலும் சிகரங்கள் என்ற சொல்லத் தக்க கதைகள் ஒவ்வொரு வருஷமும் பல நூற்றுக் கணக்கில் வெளிவந்து கொண்டிருக்கின்றன. காலம், களம் என்ற இரண்டு மனோ பாவங்களும் வேறு வேறாகத் தோன்றும் ஒரே பொருளின் இரண்டு கலைகள் என்ற கொள்கையை அடிப்படையாகக் கொண்ட கதை ஒன்றை சமீபத்தில் படித்தேன்... இப்படிப்பட்ட விபரீத விளையாட்டும் சிறுகதை லட்சணத்துக்குள் அடங்குகிறது.

'தமிழ்நாட்டு வாசகர்களின் விருப்பு வெறுப்புக்களை மதித்து, கூடுமான வரை ஓரளவு கதைச்சத்து இருக்கக் கூடிய, ஆனால் அமைப்பு விசேஷங்களுடன் பொருந்திய கதைகளைப்

பொறுக்கித் தொகுப்பதே என் நோக்கம். சாதாரண மனிதனுக்குப் பிற நாட்டு நாகரிக சம்பிரதாயங்கள் மீது உள்ள சந்தேகத்துடனும் பயத்துடனும் கலந்த வெறுப்பைப் போக்கி மற்றவர்கள் இலக்கியங்களுடன் அனுதாபத்துடன் அளவளாவ வைக்கும் நோக்கமே நான் கொண்டிருப்பது...

'உலகத்தில் சொல்ல வேண்டியதையெல்லாம் மூவாயிரம் வருஷங்களுக்கு முன்பே கங்கைக் கரையிலும் காவிரிக் கரையிலும் சொல்லி முடித்து விட்டதாக மமதை கொண்டிருக்கும் அரிசி உணவை உட்கொள்ளும் பிராணிகளும் தங்கள் மனோரதத்தைச் செலுத்தியாவது தேச யாத்திரை செய்து பார்க்க பிற நாட்டு இலக்கியப் பயிற்சி அளிப்பதே இத்தொகுப்பின் நோக்கம்.'

புதுமைப்பித்தனைப் படிக்கத் தூண்ட இந்த முன்னுரையே ஊக்கமளிக்கும். ஆனால், இத்தனை ஆரவாரமான முன்னுரையுடன் அவர் தேர்ந்தெடுத்திருக்கும் கதைகள் அனைத்தும் சிறந்த கதைகள் என்று சொல்ல முடியாது. புதுமைப்பித்தனின் காலத்தில் உலக இலக்கியத்தில் புகுந்து கொண்டு விட்ட பற்பல சிறுகதைகளை அவர் எப்படிப் படிக்காமல் விட்டு, இன்று அட்ரஸ் கூட இல்லாத மிகச் சாதரணக் கதைகளை மொழிபெயர்க்கத் தேர்ந்தெடுத்திருக்கிறார் என்று பிரமிப்பாக இருக்கிறது. ஒரு வேளை அவருக்குப் படிக்கக் கிடைத்த புத்தகங்களின் பற்றாக் குறையாகவும் இருக்கலாம்.

பொதுவாக ஐரோப்பிய இலக்கியத்தின் பால் ஒரு விதமான சலுகை தெளிவாகத் தெரிகிறது. இருந்தும் செக்காவ் கதை ஏதும் இல்லை. மோப்பஸான் கதைகள் இருந்தும் காத்திரின் மான்ஸ் ஃபீல்டு போன்றோர் இல்லை. மேரி ஷெல்லியின் ப்ரான்கைன் ஸ்டைன் இப்போது முதல் சைன்ஸ் ஃபிக்ஷன் நாவலாகக் கருதப்படும். இது பய இலக்கியம். அதை 'பிரேத மனிதன்' என்று மொழிபெயர்த்திருக்கிறார். அதே போல் குப்ரினின் நாவலையும் பலி பீடம் என்று மொழிபெயர்த்திருக்கிறார். நிறைய ரஷ்ய ஜப்பானியக் கதைகள். இடையிடையே ஷேக்ஸ்பியரின் மூன்று நாடகங்களின் கதைச் சுருக்கம், மெய்லரின் ஆஷாடபூதி, நாரத ராமாயணம், ரகுவம்ச பராக்கிரம பர்வம்!

புதுமைப்பித்தனை எது கவர்ந்தது? எது கவரவில்லை? என்று கண்டுபிடிப்பது கஷ்டம் என்பதைத்தான் இந்தக் கலந்து கட்டின மொழிபெயர்ப்பு நூல் நிரூபிக்கிறது.

மொழிபெயர்ப்பு எப்படிச் செய்ய வேண்டும் என்பதற்கு உதாரணக் கதைகளும் இருக்கின்றன.

'அந்த நிசப்தமான மலைச் சரிவில் ஊருக்கு வெளியேயிருந்த பள்ளிக்கூடத்தின் வெளியே பைன் மரங்கள் பெருமூச்சு விடுவது போல் அலையும் காற்றில் ஒன்றுபடாது ஒலித்தது அவர் சிரிப்பு.'

அவசரத்தில் உள்ள ஒரு தேர்ந்த எழுத்தாளனின் மொழி பெயர்ப்பில் உள்ள உன்னதங்களும் குறைகளும் கொண்ட தொகுப்பு இது. அவரே சொல்கிறார்: 'விமரிசகர்களுக்கு ஒரு வார்த்தை வேதாந்திகள் கைக்குள் சிக்காத கடவுள் மாதிரித்தான் நான் பிறப்பித்து விட்டவைகளும். அவை உங்கள் அளவுகோல்களுக்குள் அடைபடாதிருந்தால் நான் பொறுப்பாளியில்லை.'

அடைபடவில்லைதான்.

சுபமங்களா, பிப்ரவரி, 1993<br>
புதுமைப்பித்தன் படைப்புகள்<br>
(மொழிபெயர்ப்புகள், தழுவல்கள்)<br>
ஐந்திணைப் பதிப்பகம்

# 6

## திசைகளின் நடுவே

(விமர்சனம்)

தற்போது தமிழில் சிறுகதைகள் எழுதிக் கொண்டிருப்பவர்களில் கவனிக்க வேண்டியவர்கள் பட்டியலில் ஜெயமோகனின் பெயர் இருக்கிறது. சில ஆண்டுகளாக எழுதி வரும் இவர் கதைகளை நான் அவ்வப்போது கவனித்ததுண்டு. போன வருஷம் 'கதா' என்கிற அகில இந்திய நிறுவனம் வெளியிட்ட தொகுப்பில் இவர் கதையான 'ஜகன் மித்யை' இடம் பெற்று ஆங்கிலத்தில் மொழிபெயர்த்து வந்து ஜனாதிபதி பரிசு பெற்றது சந்தோஷமாக இருந்தது (இவருடைய வேறு நல்ல கதையைத் தேர்ந்தெடுத் திருக்கலாம் என்பது வேறு விஷயம்) சிறு பத்திரிகைகளில் எழுதி வரும் ஓர் இளம் எழுத்தாளருக்கு இந்த மாதிரி அடையாளம் கிடைத்திருப்பது சந்தோஷமான விஷயமே.

ஜெயமோகனின் 'ரப்பர்' நாவல் ஏற்கெனவே வெளிவந்து 'நல்ல கவனிப்பு பெற்றது' என்று பின்னட்டை சொல்லும் இந்தப் புத்தகம், பதினாறு சிறுகதைகளின் தொகுப்பு. அவருடைய சிறுகதை திறமையைக் கவனிக்கப் போதுமான கதைகள் உள்ளன.

சிறுகதை இலக்கியம் தமிழுக்குப் புதுசு. ஆங்கிலத்திலேயே பத்தொன்பதாம் நூற்றாண்டில் பிறந்த இந்த வடிவம் தமிழில் சுமார் அறுபது எழுபது ஆண்டுகளாகத்தான் வலம் வந்திருக்கிறது (மாறாக இரண்டாயிரம் ஆண்டு கவிதைத் துறையை யோசித்தால் இது ரொம்ப குழந்தை). புனைக் கதை இலக்கியம் மனிதன் எழுத

ஆரம்பித்த காலத்திலிருந்தே ரொம்ப நாளாக இருந்தாலும், சிறுகதை அதன் நவீனத்தையும் நளினத்தையும் பெற எழுத்துக் கலையில் யதார்த்தம் வருவதற்காகக் காத்திருக்க வேண்டி யிருந்தது.

விக்ரமாதித்தன், மதன காமராஜன் கதைகளைச் சிறுகதை என்று சொல்ல முடியாது. அவைகளை 'டேல்ஸ்' (Tales) என்று தான் சொல்ல வேண்டும். ஏனெனில் அதன் கதை மாந்தர்கள் மூக்கைச் சிந்தவில்லை. முழங்கை சொரிந்து கொண்டு 'டயலக்டி'ல் பேசவில்லை. யதார்த்தம் அல்லது ரியலிஸம் என்பது கொஞ்சம் விவரிப்பதற்குக் கஷ்டம். காரணம், ஒவ்வொரு எழுத்தாளனும் அவனுடைய சொந்த யதார்த்தத்தை உண்டாக்குகிறான். அவன் பார்த்த, அவனைச் சூழ்ந்த யதார்த்தத்தை அவன் அமைக்கும் போது, அவன் விதிவிலக்கில்லாமல் மற்ற பேர்களின் யதார்த்தங்களில் இருந்து வேறுபடுகிறான். எனவே சிறுகதையில் 'யதார்த்தம்' என்பது கதாசிரியனின் ஒரு விதமான திறமை என்று சொல்லலாம். என்ன திறமை? வாசகன் நம்பும்படியாக ஒரு உலகத்தை அமைத்து அந்த உலகத்தின் அவசியத்தையும், அதன் மாந்தர்களையும் நம்மை அங்கீகரிக்கச் செய்யும் திறமை என்று சொல்லலாம்.

ஆனால், ஒரு கதையை நல்ல கதை என்று சொல்வதற்கு அதன் உலகத்தை நம்மை நம்ப வைப்பது மட்டும் போதாது. அவ்வாறு படைத்த உலகத்தில் கொஞ்ச நேரம் நம்மை உலவிவிட்டு, அதில் நிகழும் சம்பவங்களின் மூலம் மனித வாழ்வின் ஒரு உண்மையை அல்லது தரிசனத்தை நமக்குக் கொடுக்கும்போது அது நல்ல கதையாகிறது. இந்தத் தரிசனம் நமக்குக் கதையில் நேரடியாக வருணிக்கப்படும் நிகழ்ச்சியின் மூலம் கிடைக்கலாம். அல்லது வெளிப்படையாக வருணிக்கப்படாமல் கதை படித்து முடித்த பின் நம் உள்ளுணர்வில் அதைப் பற்றி யோசிக்கும்போது ஒரு realisation கிடைக்கலாம். ஆனால், இந்தத் தரிசனம் அல்லது உணர்தல் எல்லா நல்ல கதைகளிலும் நிகழ்ந்தே ஆக வேண்டும். அப்போதுதான் வாசகன் அந்தக் கதையில் பங்கு பெறுகிறான். இந்தத் தரிசனத்தைக் காட்ட சிறுகதை எழுத்தாளர்கள் நடை, உரையாடல், வார்த்தை ஜாலம் போன்ற பலவிதமான உத்தி களைப் பயன்படுத்தி, படிப்பவர்க்கு ஒரு முழுமையான அனு பவத்தைத் தருகிறார்கள். இந்த அனுபவம் இல்லாத கதைகள் செத்துப் போகின்றன.

மேற்சொன்ன எளிய சித்தாந்தத்துடன் நீங்கள் ஒத்துப் போகாமல் இருக்கலாம். நான் சொல்வது 'கிளாஸிக்' என்று சொல்லப்படும் சம்பிரதாய சிறுகதை வடிவத்துக்குத்தான் பொருந்தும். 'நவீன சிறுகதை எங்கோ போய் விட்டது. அதற்கு இதெல்லாம் தேவையில்லை' என்று சொல்லும் விமரிசகர்களும் உண்டு. அவர்களை, பசித்த புலி தின்னட்டும்.

என்னைப் பொறுத்தவரையில், நான் ஒரு சிறுகதையின் உணர்ச்சி பூர்வமான அனுபவத்தில் பங்கேற்கும்போதுதான் அது எனக்கு நல்ல கதையாகிறது. இல்லையெனில் நான் அதை உடனே நிராகரித்து விடுகிறேன். மற்றவன் அனுபவம் எனக்கு முக்கிய மில்லை.

இந்தப் பரீட்சையில் ஜெயமோகனின் பதினான்கு கதைகளில் ஐந்து தேர்ந்தன. இதனால் மற்றவை நல்ல கதைகள் இல்லை என்று சொல்லவில்லை. எனக்கு அவை உறைக்கவில்லை. உதாரணம் 'ஜகத் மின்யை' என்கிற கதையை அகில இந்திய அளவுக்கு உயர்த்தித் தேர்ந்தெடுக்க அக்கதையில் ஏதும் இருப்ப தாக எனக்குப் படவில்லை. ஆனால், அதைத் தேர்ந்தெடுத்த சுந்தர ராமசாமி ரசித்திருக்கலாம்.

மாறாக, இந்தத் தொகுப்பில் உள்ள 'பல்லக்கு' என்கிற கதை அண்மையில் தமிழில் எழுதப்பட்ட சிறந்த கதைகளில் ஒன்று என்று கருதுகிறேன். இதை எப்படி அவர்கள் விட்டிருக்க முடியும் என்று ஆச்சரியமாக இருக்கிறது. முதலில் 'ஜகன் மித்யை.' அந்தக் கதையின் நம்பூதிரி மனசின் அடித்தளத்தில் 'எட்டர்னல் ரிக்கரன்ஸ்' பற்றிப் பேசுகிறார். உலகத்து நிகழ்ச்சி கள் அனைத்துமே மற்றொரு உலகத்தில், மற்றொரு இடத்தில் நடக்கலாம். திரும்பத் திரும்ப வரும் எடர்னல் ரிக்கரன்ஸ் என்று அதற்கு சமன்பாடுகள் எல்லாம் போடுகிறார். இரண்டு மூன்று பேஜ் சம்ஸ்கிருதமும், பிஸிக்ஸூம் கலந்த குழப்பத்திற்குப் பின் தத்துவத் தொந்தரவு செய்த நம்பூதிரியை எட்டித் தள்ளி விட்டு, அதற்காக வருத்தப்பட்டு விட்டு பிற்பாடு அதே நம்பூதிரியை ஆஸ்பத்திரியில் சீக்காளியாகப் பார்க்கிறோம்.

'இப்போதுதான் உங்கள் சித்தாந்தத்தின் உள்ளர்த்தம் புரிகிறது' என்று 'நான்' சொல்கையில், நம்பூதிரி 'எனக்குப் புரியவில்லை. என் வாழ்க்கையே வீண்' என்று சொல்லி, என்ன அர்த்தம் இதற்கு என்று அழுகிறார். ஒருவனுக்குத் திரை விலகும்போது

மற்றொருவனுக்குத் திரை மூடுகிறது. இதற்கெல்லாம் விடையே கிடையாது என்பது போல் முடிகிறது கதை.

நல்ல சிறுகதைக்கான என் மேற்சொன்ன விதிகள்படி இது தவறிப் போய் ஒருமிப்பு இல்லாமல் அலைகிறது.

மாறாக, 'பல்லக்கு'. பாடச்சேரி அப்பி, திவாகர மேனோன் என்று இரண்டு பாத்திரங்கள் இக்கதையில். முன்னவன் கீழ் சாதிக்காரன். பின்னவன் மேல் சாதி. இது மேம்போக்கான சமூக உறவு.

மேனோனைப் பார்த்ததும் அப்பி பதறி எழுந்து தலைத் துண்டை அக்குளில் செருகி, முன் வளைந்து வாய் பொத்தி நிற்கிறான். 'ஏமான்னு சொன்னா இப்பளும் அடியனுக்கு ரோமாஞ்சம்தேன். நாலு துண்டு எல்லுகிட்டினா நாய் சிங்கமாய்டாது ஏமானே! பய வாத்தியாரர்ட்டு இருக்குதான் மவ படிக்குதா, ஆனா இந்த அப்பி இஞ்ச வாலாட்டிக்கிட்டு ஓடி வர நாயாக்கும்' என்கிறான்.

இருவரிடையே சமூக நிலையில், மேல் வாகாக உள்ள மரியாதை கலந்த, மேல்சாதி-கீழ்சாதி உறவின் உண்மை சொரூபம் போகப் போகத்தான் தெரிகிறது. அதில் யார் நாய், யார் சிங்கம் என்பது. மேனோன் மிக க்ஷீண தசையில் இருப்பதும், வீட்டில் தேக்கு உத்தரங்களை எல்லாம் விற்று அன்றாட சாராயத்துக்காகக் காசு சம்பாதிக்கும் நிலைமை தெரிய வருகிறது. உள்ளிருந்து மேனோனின் அம்மா எட்டிப் பார்த்து 'என்னத்த அங்க பேச்சும் சீராடலும் பறப்பய புலைப் பயண்ணு பார்க்காம!' என்று அதட்டினாலும், அப்பி அவமானப்படாமல் ஏமானே ஏமானே என்றுதான் குழைகிறான். மேனோனுக்கு விற்க ஏதும் பாக்கி யில்லாமல் உள்ளேயிருந்த மரத்தாலும் பிரம்பாலுமான ஒரு சாமானைத் தூக்கிக் கொண்டு வந்து முற்றத்தில் போட்டு இது விலை போகுமா என்று கேட்கிறார். 'ஓட்டடையும் கரியும் படிந்து இருந்தது. பகல் ஒளியில் ஏதோ அந்தரங்க உறுப்பைத் திறந்து வைத்தது போல் அசிங்கமாக இருந்தது' அது.

'இது ஏமானே' என்கிறான் அப்பி.

'பல்லக்கு. அந்தக் காலத்தில் தம்புராட்டிகள் ஏறிப்போன மூடு பல்லக்கு.'

அம்மா 'டேய் மகாபாபி அதை விற்காதே!' என்று கிழவி அலறுகிறாள்.

அப்பி அதை 'வெறகுக்கும் கொள்ளாது. அஞ்சு ரூபா கிட்டினா அதிகம்' என்று எடுத்துப் போகிறான்.

அஞ்சு ரூபாய்த் தாளை மேனோன் வாங்கிக் கொள்ள, அப்பி பல்லக்கைத் தூக்கித் தலையில் எடுத்துக் கொள்கிறான்.

அய்யன் கடையில் ஒரு கிலோ அரிசி வாங்கிக் கொண்டு மிச்சமுள்ள இரண்டு ரூபாய்க்கு வார்னிஷ் அடித்து கொள்கிறார் மேனோன்.

இறுதியில்...

பாடச்சேரி சத்துணவு ஆயா பாக்கியம்மாள் பள்ளிக்கூட ஷெட்டில் தயாரித்த பிரசித்த சாராயத்தை அருந்தி விட்டு தெரு நிறைந்து நடந்து திரும்பிக் கொண்டிருக்கும் மேனோன் ஒரு கல்யாண ஊர்வலத்தைப் பார்க்கிறார். அப்பியின் மகன் விக்டர் ராஜன் சரிகைத் தொப்பியும், கோட்டும் அணிந்து மேனோனின் பல்லக்கில் உட்கார்ந்து கொண்டு செல்கிறான்.

இந்த அபாரமான கதையில் நான் சொன்ன நல்ல கதைக்குரிய அத்தனை அடையாளங்களும் இருக்கின்றன. முதலில் கதா சிரியன் சிருஷ்டிக்கும் தனிப்பட்ட யதார்த்தம். அந்த மலையாளச் சூழல் 'ஓர்மிச்சா எனக்கு கரிச்சல் வரது ஏமானே' போன்ற வினோத உரையாடல்கள். அற்புதமான வர்ணனைகள். 'வீட்டைச் சுற்றி மரங்களே இல்லாமல் வெறிச்சோடியிருந்தது. வீடு நாலாபுறமும் இடித்து அகற்றப்பட்டு மொட்டை அஸ்தி வாரம், கடப்பைக் கற்கள் இளகிச் சரிந்து பரவியிருப்பது அமங்கலமாக இருந்தது. வெண்ணிறச் சுதைச் சுவராலான இரண்டு அறைகள் மட்டும் தனித்து நின்றன. கூரையிலிருந்து கரை படிந்த பழைய கழுக்கோல்கள் நீட்டி நின்றன.' இந்த வகை வர்ணனைகள் அந்தக் கதைச் சூழலை முழுவதும் அங்கீகரிக்க வைக்கின்றன.

இந்தச் சூழலில் சொல்லப்படும் சம்பவங்கள் நமக்கு ஏற்படுத்தும் 'ரியலைஸேஷன்'தான் அந்தக் கதையின் இலக்கியத் தரத்தை உயர்த்துகிறது.

நிசமாகவே மேல் சாதிக்காரன் யார்? மேனோனின் உயர்சாதி அதட்டல்களும் அப்பியின் கீழ்ச்சாதிக் குழைவுகளும் மேம் போக்கானவை. உண்மையில் அப்பியின் சமூக நிலை, பண வசதி

எல்லாமே உயர்ந்தவை. ஏதோ ஒரு விதத்தில் யுக யுகங்களின் அடிமைத் தனத்துக்கும், கீழ்ப்படிதலுக்கும் ஒரு விதமான பழி வாங்குவது போல் மேனோனின் அத்தனை சொத்தையும் படிப்படியாக வாங்குகிறான். கடைசி ஆணியாக அந்த மேல் சாதிக் குறியீடான தம்புராட்டி பல்லக்கை அஞ்சு ரூபாய்க்கு வாங்கி தன் மகனை அதில் ஊர்வலமாக அழைத்துச் செல்லும் போது வாசகனால் மறைமுகமாக இந்த மௌன மாறுதலின் பின்னணியை உணர முடிகிறது.

சிங்கமும் நாயும் இடம் மாறுகின்றன.

அப்பி அதைத் தூக்கிப் பார்த்தபடி 'பளைய சரக்கு' என்றான்.

'வெள்ளியும், தங்கமா அலங்காரம் இருந்தது. அதெல்லாம் எப்பவோ பிடுங்கி வித்தாச்சு, அம்மா சின்ன வயசில ஏறினது. எடுத்து வெச்சுக்கிட்டுப் புலம்பணுமே அதுக்காக வெச்சிருக்கு'. இந்த ஒரு பாராவில் கதையின் சாரம் முழுக்க நமக்குப் புலப்படும்போது, கதையில் நாமும் பங்கிடும் அனுபவம் முழுமையாகிறது.

ஜெயமோகன் ஒரு வேற்று மொழிக்காரரின் அசாத்திய தைரியத் துடன் சிறுகதையின் பலவித வடிவங்களை முயற்சிப்பதைப் பாராட்ட வேண்டும். வேத காலக் கதைகள், சாமியார் கதைகள், பிலாசபி கதைகள் எல்லாமே தயங்காமல் முயற்சிக்கிறார். தன் முன்னுரையில் 'அறச் சார்பே எனது கடவுள். அறச் சார்பற்ற படைப்பை இலக்கியமாக மதிக்க மாட்டேன். கால் சுண்டு விரலால் எத்தித் தள்ளத் தயங்க மாட்டேன். அவற்றின் சகல அங்கீகாரங்களுடனும் கூட!' என்று ஆரவாரமான அலட்டலான முன்னுரையின் தேவையில்லாமலேயே 'நதி', 'விலை', 'போதி', 'படுகை' போன்ற கதைகளை ரசிக்க முடிகிறது. அறச் சார்பு என்று எதைச் சொல்கிறார் என்பது குழப்பமாக இருப்பினும், ஒரு தொகுதிக்கு ஒரு 'பல்லக்கு' வந்தாலே போதும்.

சுபமங்களா, மார்ச், 1993.<br>
திசைகளின் நடுவே<br>
- ஜெயமோகன்<br>
சிறுகதைத் தொகுப்பு<br>
அன்னம் வெளியீடு.

# 7

## என்றுமுள தமிழும் இன்று உள்ள தமிழும்

(விமர்சனம்)

தமிழில் சிறுகதை, நாவல்களைப் போல் கட்டுரைக் கலை அந்த அளவுக்கு வளரவில்லை. வந்த கட்டுரைகள் பெரும்பாலும் தமிழ் இலக்கியத்தையே சார்ந்ததாக இருந்திருக்கின்றன. 'தொல் காப்பியத்தின் காலம்', 'புறநானூற்றில் வீரம்' போன்ற இலக்கியத் திறனாய்வுகள்தான் அதிகம். விதிவிலக்காக அல்லயன்ஸ் வெளியிட்ட 'கட்டுரைக் கனிகள்' போன்ற புத்தகங்களில் பத்திரிகைகளின் 'தொடரும்' என்கிற வார்த்தை பற்றி, ஒரு பனை மட்டை கட்டுரையாளரிடம் செய்யும் புகார் பற்றியெல்லாம் சில சுவையான கட்டுரைகள் இங்கொன்றும் அங்கொன்றுமாகத் தேடிப் பிடித்தால் கிடைக்கின்றன.

இவையன்றி ஹாஸ்யக் கட்டுரைகள், 'எஸ்.வி.வி.'யின் வாழ்க்கையோ வாழ்க்கை, சாவியின் 'காரக்டர்', வ.ரா., தேவன் போன்றோரின் நடைச் சித்திரங்கள் கட்டுரை வடிவில் வந்திருக்கின்றன. மற்றொரு கோடியில் அமைப்பியல் வாதம், மொழிதல் கோட்பாடு போன்ற தீவிரமான விஷயங்களைப் பற்றி அதிகம் பேருக்குப் புரியாத கட்டுரைகள். இதுதான் தமிழ் கட்டுரை இலக்கியத்தின் இதுநாள் சரித்திரம்.

இந்திரா பார்த்தசாரதியின் (இனி இபா) இந்தக் கட்டுரைத் தொகுதி மேற்சொன்ன எந்தப் பாகுபாட்டிலும் அடங்காத ஒரு தனிப்பட்ட தொகுப்பு. தமிழ்நாட்டின் இன்றைய சமூக நிலையின் அன்றாட விஷயங்களை ஒரு தேர்ந்த, படித்த அலசலுடன்

எளிய நடையில் எழுதப்பட்ட இக்கட்டுரைகள் 'தினமணி'யில் வெளியானபோது, பல பேருக்குப் புரிந்து போய் கோபத்தையும் பாராட்டையும் ஏற்படுத்தியது நினைவிருக்கலாம்.

இபா நிறைய படித்தவர். தமிழ் ஆசிரியராக இருந்தும் பண்டித ராகாமல் தப்பித்து, படைப்பு இலக்கியம் படைக்கும் விதி விலக்கு அவர். இபாவின் பரந்த நோக்கம் டில்லி, போலந்து, கனடா போன்ற வெளிநாடுகளில் தமிழ் கற்றுக் கொடுத்த அனுபவம், நவீன நாடகங்கள் எழுதிக் கற்பித்து மேடையேற்றிய அனுபவம், அகாதமிக்காரர்களுடன் பழகியது, அகாதமி பரிசு பெற்றது. வாழ்க்கையில் அவர் கண்ட விந்தையான, சோகமான சம்பவங்களை, சந்தித்த பலதரப்பட்ட மனிதர்கள் எல்லாம் சேர்ந்து இறுதியில் அவர் மனச் சுவட்டில் விட்டு வைத்திருக்கும் அடையாளங்கள் அவரை ஒரு 'ஸினிக்'காக மாற்றியிருக்க வேண்டும். அப்படியின்றி (அவர் கட்டுரைகள் பல 'ஸினிஸிச'த் துக்கு மிக அருகே இருந்தாலும்) அவருடைய கருத்துகளில் ஆதாரமாகத் தமிழனைப் பற்றியும், தமிழ் இலக்கியத்தைப் பற்றியும், நாட்டைப் பற்றியும் ஒரு மனிதாபிமானம் சார்ந்த கவலைதான் பிரதானமாக இருக்கிறது.

இபாவின் கருத்துகள் இறுதியில் எளிமைப்படுத்தப்பட்டு சற்றே குறும்பு கலந்து வசீகரமாகத் தரப்பட்டிருந்தாலும், அவற்றின் பின்னணியில் உள்ள ஆழ்ந்த சிந்தனை பல பேருக்குத் தர்ம சங்கடமாக இருக்கும். உதாரணமாக அவருடைய சில கருத்துச் சீண்டல்களைப் பாருங்கள்.

'தாய்நாடு, தாய்மொழி என்ற கருத்துக்கள் யாவும் மேல் நாட்டில் இருந்து இங்கு இறக்குமதியானவை.

ஆங்கிலப் படிப்பு சரளமாக ஆங்கிலத்தில் பேச உதவுகிறதே யன்றி, சிந்தனை வளர்ச்சிக்கு உதவவில்லை. பார்ப்பனர் என்பது ஒரு குறிப்பிட்ட ஜாதியல்ல. தொழில்கள் பரம்பரை வழியாக வந்தன அல்ல.

கிருஷ்ணாவதாரம் இருந்திரா விட்டால், இன்று பரத நாட்டியமே ஆட முடிந்திருக்காது.

விஷ்ணு, ஆரியக் கடவுளல்ல. 'விண்' என்கிற தமிழ் வேர்ச் சொல்லிலிருந்து வந்தவர்.

தமிழ்நாட்டில் பெண்களின் கற்பு பாதுகாக்கப்படுவது பேருந்துகளில் மட்டும்தான்.

அறிவு ஜீவிகளை உண்மையான சிந்தனையாளர்களிடமிருந்து வேறுபடுத்துவது சிரமமான காரியம். வள்ளுவர் கூறும் கயவர் அவர்களே.

தமிழர்களுக்கு எல்லாமே போர் வடிவம்தான். காதல் உள்பட.

பாரதி, பாரதிதாசன் போன்றோரை ஜாதிக் கண்கொண்டு பார்த்துத்தான் நாம் குறுகிப் போயிருக்கிறோம்.

சமஸ்கிருதம் அல்லாததெல்லாம் நாட்டார் கலையல்ல. உதாரணம் தெருக்கூத்து.

அரசியல் கட்சித் தலைவர்கள் தாம் இந்நாட்டு குறுநில மன்னர்கள்.'

எல்லாக் கருத்துகளுக்கும் சற்றே திடுக்கிட வைக்கும் நோக்கம் இருந்தாலும், அவைகளைக் கோர்வையாக, தர்க்க ரீதியாகச் சொல்லும் முறையில் இபாவின் புலமையும், அறிவுத் தெளிவும் நடுநிலைமையுடன் இந்தக் கட்டுரைகளைப் படிப்பவர்களுக்குப் புலப்படும்.

குறிப்பாகத் தலைப்புக் கட்டுரையும், 'விடுதலை, விடுதலை' என்கிற கட்டுரையும் அண்மைக்கால கட்டுரை இலக்கியத்தில் மைல் கற்கள் என்று சொல்லலாம்.

'எந்தக் காரணத்தை முன்னிட்டும் (குறிப்பாக அரசியல் காரணம்) சங்க இலக்கியம், தொல்காப்பியம், திருக்குறள் போன்றவை தமிழனுக்கு மட்டும்தான் சொந்தமானவை என்கிற ரீதியில் பிரச்சாரம் செய்வதை நாம் நிறுத்த வேண்டும்' என்கிறார். 'அவைகள் உலக இலக்கியமாகக் கொண்ட கிளாஸிகல் மொழியாகத் தமிழை அடையாளம் காட்டி லத்தீன் கிரேக்க இலக்கியங்கள் போல உலகப் பொதுச் சொத்தாக ஆக்குவதற்குத் தற்காலத் தமிழையும் சங்ககாலத் தமிழையும் தனித்தனியாகப் பாகுபடுத்த வேண்டும்' என்கிறார். மிகவும் சிந்திக்க வைக்கிறது இந்தக் கட்டுரை.

அதே போல 'விடுதலை' கட்டுரையில், 'நம் தமிழர்களின் சுவரொட்டிகளை மட்டும் பார்க்கும் ஒருவர் தமிழ்நாட்டில்

கடுமையாகப் போர் நடந்து கொண்டிருப்பதாகத் தான் முடிவுக்கு வருவார்!' என்கிறார்.

மிகையே இல்லாத சங்ககாலப் பண்பாட்டில் இருந்து இன்றைய உயர்வு நவிற்சி கலாச்சாரத்துக்கு எப்படிச் சீரழிந்திருக்கிறோம் என்று இபாவுடன் நாமும் வியக்க முடிகிறது.

இபாவிடம் ஒரு வேண்டுகோள். தமிழ்ச் சமுதாயத்தின் சீரழிவைப் பற்றிச் சொல்லி எல்லோரும் ஓரளவுக்கு அலுத்துப் போய் விட்டோம். என்னதான் ஆணியடித்தாற்போல் தர்க்க ரீதியாகச் சொன்னாலும் தாங்கள் இபா என்பதனால், உங்கள் கருத்துக்கு எதிர்ப்பு இருக்கும் என்பது இந்தச் சமுதாயத்தின் அங்க அடையாளங்களில் ஒன்று.

தமிழ்நாட்டில் சில கருத்துகளைச் சிலர்தான் சொல்லலாம். சில கதைகளைச் சிலர்தான் எழுதலாம். இவ்வாறு தேர்வு செய்யப் பட்ட அனுமதிகளை மீறி நீங்கள் எழுதுவதற்கு மாறாக எத்தனையோ விஷயங்களைப் பற்றி புரியாமல் போட்டுக் குழப்படி பண்ணுகிறார்களே! ஸ்ட்ரக்சரலிஸம், நாடகங்களில் பாலியல் உணர்வுகள், சாம்ஸ்கி, லிங்க்விஸ்டிக்ஸ், சோஷலிச யதார்த்தம் என பல பேர் ஜல்லியடித்துக் கொண்டிருக்கிறார்களே! அவைகளை எல்லாம் பற்றி எளிதான உங்க குறும்பும் திறமையும் கலந்த நடையில் சில கட்டுரைகளை எழுதினால், இந்தக் காட்டில் கண்கட்டி விட்டாற்போல் திரியும் எங்கள் போன்ற பெரும் பான்மையினருக்கு உபகாரமாக இருக்கும்.

**சுபமங்களா, ஏப்ரல், 1993.**

**என்றுமுள தமிழும் இன்று உள்ள தமிழும்**

**இந்திரா பார்த்தசாரதி**

**தமிழ்ப் புத்தகாலயம்.**

# 8

## ஆதம்பூர்காரர்கள்

(விமர்சனம்)

அண்மையில் சிறுகதை இலக்கியத்தில் தமிழில் ஒரு மௌன மாறுதல் வந்து கொண்டிருப்பதைக் கவனிக்கிறேன். சம்பிரதாய மான கதைக் கரு, உருவம், உள்ளடக்கம், ஆரம்பம், முடிவு இவைகள் எல்லாம் மெல்ல மெல்லக் கரைந்து போய் ஏதோ ஒரு இடத்தில் ஆரம்பித்து, கொஞ்ச நேரம் ஏதாவது சொல்லி விட்டு, ஏதோ ஒரு இடத்தில் முடிந்து விடும் சிறுகதைகள் அதிகமாகி வருகின்றன. இந்தக் கதைகளை நாம் படிக்கும் வரை கதை சொல்பவனின் உலகத்தில் நம்மை மிக முழுமையாக நுழைத்து, சில வேளை மாட்ட வைத்து அவனுடன் அந்தக் கதையின் உக்கிரமான, உணர்ச்சிபூர்வமான அனுபவத்தில் முழுவதும் பங்கு கொள்ளும்படியாக அத்தனை விவரங்கள் கொடுக்கப் படுகின்றன. கற்பனையில் இப்படியெல்லாம் எழுத முடியுமா என்று வியக்க வைக்கும் அத்தனை முழுமையான உண்மை மயக்கம் ஏற்பட்டபோது கதைக்கு மற்ற சம்பிரதாயங்கள் எல்லாம் தேவையில்லாமல் போய் விடுகின்றன.

கதை ஒரு நீண்ட கவிதா அனுபவம் போலத்தான் ஆகி விடுகிறது. இந்த முறை இலக்கியத் தரமானதா, விரும்பத் தக்கதா என்பது பற்றி சர்ச்சை வேண்டியதில்லை. தவிர்க்க முடியாதபடி இந்த வகைச் சிறுகதைகள் தமிழில் நுழைந்திருக்கின்றன. மேனாட்டில், குறிப்பாக அமெரிக்காவில் பரிசு பெறும் சிறுகதைகள் இவ்வகை யில் பல இருக்கின்றன. அண்மையில் நான் படித்த Babies (Ann Packer) Prize Stories 1992, O Henry Awards ஓர் உதாரணம்...

தமிழில் இவ்வகையில் எழுதுபவர்களில் சுப்ரபாரதி மணியன், பாவண்ணன், விக்ரமாதித்யன், கோணங்கி போன்றோருடன் இரா. முருகனையும் சேர்க்க வேண்டும்.

விவரங்கள்... விவரங்கள், பிரமிக்க வைக்கும் திகட்ட வைக்கும் விவரங்கள்:

'அந்த முன்னிரவுச் சூழ்நிலை கொஞ்சம் அபத்தமாக இருந்தது. குண்டும் குழியுமாகக் கிடந்த தெருவில் பள்ளத்தில் இறங்கிய சைக்கிள் செயின் கழன்று போய் மாட்டிக் கொண்டிருந்தவன் யாரை என்று இல்லாமல் திட்டிக் கொண்ட நடுத் தெருவில் குனிந்து உட்கார்ந்திருந்தான். எதிரே பழைய கட்டடம். கீழ்ப் பகுதியில் எல்லாம் கடைகள். ஒரு மாவு மெஷினும் உண்டு. கடைகளை அடைத்து விட்டுக் கிளம்பிப் போயிருக்க, மாவு மெஷினிலிருந்து ஏதோ கரகரவென்று பொடியாகப் பிளாஸ்டிக் வாளியில் சுமந்து கொண்டு வந்து தெருவில் கொட்டி, நான்கைந்து பேர் கர்ம சிரத்தையாகத் தேடிக் கொண்டிருந் தார்கள். மேல் மாடியில் பிரம்மச்சாரி குடியிருப்புகளில் மங்கிய பல்ப் வெளிச்சத்தில், களைத்துப் போன மின் விசிறிகள் சுற்றுவது ஜன்னல் வழியே தெரிந்தது. கீழே சிதறியிருந்த மாவிலிருந்து பரபரப்பாக ஓடிய கரப்பான் பூச்சிகள். ஒரு ஸ்தூலச் சரீர வைஷ்ணவர் மேலே பார்த்து, 'சடகோபா... சடகோபா...' என்று தொடர்ந்து பெருஞ்சத்தத்துடன் கூப் பிட்டுக் கொண்டிருந்தார்.'

யோசித்துப் பாருங்கள். இந்தப் பாராவை கற்பனையில் எழுத முடியுமா?

இரா. முருகனின் ஐந்து கதைகள் கொண்ட ஒல்லியான இந்தப் புத்தகத்தை ஞானச் சேரி பதிப்பித்திருக்கிறார்கள். ஐம்பது கதைகளைப் படித்த மாதிரி அத்தனை நிறைவு. சில சமயம் அலுப்பு ஏற்படுகிறது. ஏறக்குறைய எல்லா பாராக்களும் மேலே குறிப்பிட்ட பாராவின் அடர்த்தி என்றால் பார்த்துக் கொள்ளுங ்கள். முருகனின் சிறுகதை நடை தனிப்பட்டது. இந்த ஐந்து கதைகளிலும் விதவிதமான காரக்டர்களாகத் தோன்றுகிறார்கள். பம்பாய் ஊறுகாய் பாக்டரியில் வேலை செய்பவனோ சிங்கப்பூர் செல்லும் கம்ப்யூட்டர் இன்ஜினியரோ பாத்திரத்துடன் ஆசிரியர் ஐக்கியப்பட்டு அவன் அத்தனை உணர்ச்சிகளையும், வக்கிரங் களையும், மேன்மைகளையும் தனதாக்கிக் கொண்டு Entering the skin of each character என்பார்கள். அது இவருக்கு மிகச் சுலபமாக வந்திருக்கிறது.

தொகுதியின் சிறந்த கதைகள் 'வினைத் தொகை', 'ஆழ்வார்' இரண்டும். மற்ற கதைகள் ஒரு தரத்துக்கு மேல் கட்டாயமாக இருந்தாலும், மேற்சொன்ன இரண்டும் கொஞ்ச நாள் போயும் ஞாபகம் இருக்கின்றன. மனசை நிரடுகின்றன. 'ஆழ்வார்' இறந்துபோன சடகோபன் இருப்பதாக நினைத்துக் கொண்டு போகிற வருகிற பேர்களிடம் 'சடகோபா சடகோபா' என்று விசாரிக்கும் பெரியவரைப் பற்றியது. 'பென்ஷன் வாங்கப் போனவர் மாவு மில் வாசல்லயே நின்னுண்டு இருந்தாராம். சடகோபன் போய் பத்து வருஷம் ஆறது. இன்னும் அங்கேயே இருக்கிறதா நினைப்பு.' ஒரு வைணவக் குடும்பத்தின் கௌரவம் இழக்காத ஏழைமையை மிகச் சிறப்பாகச் சித்தரித்திருக்கிறார். அதுபோல் 'வினைத் தொகை' என்கிற கதையில் பம்பாயில் ஒரு புறாக் கூண்டில் வசித்து ஊறுகாய் தொழிற்சாலையில் வேலை செய்யும் இளைஞன் அம்மாவைப் பார்க்க வீட்டுக்கு வரும் போது அம்மை வந்து, பராமரிக்கப்பட்டு, திரும்பப் போகும் போது வழியனுப்பும் கதையிலும் கவிதை கலந்த ஏழைமை மிளிர்கிறது.

முருகனின் வருணனைகளில் புதுமலர் வரவைப் பார்க்கிறேன்.

'மாதங்களில் நான் மார்கழியாக இருக்கிறேன்' என்று கண்ண பிரான் சொன்ன பொழுது, நானுந்தான் என்று அரையாண்டுத் தேர்வும் சேர்ந்து கொண்டது...

'தமிழ் ஐயா நீலமேகம் அட்டவணையைப் படித்ததற்கு அடுத்த பத்து நாளும் முதலாம் பானிபட்டு யுத்தமாகவும், பத்து வரியில் கண்ணகி மதுரையை எரித்ததாகவும், ஆப்பிரிக்காவில் பச்சை யிலைக் காடுகளின் தட்ப வெப்பமாகவும், மை உலர்ந்த விரல் இடுக்காகவும் நகர்ந்து போக, மனசில்லாமல் விடுமுறை விட்டார்கள்.'

'எல்லா மார்கழியிலும் பரீட்சை வருகிறது. வயதானவர்கள் இறந்து போகிறார்கள். 'ராதே ராதே ராதே ராதே ராதே கோவிந்தா' ஓலைக் கொட்டாயில் பிடியரிசி விழப் பாடிக் கொண்டு பஜனை ஊர்வலம் ஊர்ந்து போகிறது. ஐயப்ப சாமிகள் சரணம் விளித்துக் கொண்டு தெப்பக் குளத்தில் குளித்துக்

கரையேறுகிறார்கள். டெல்லி பகதூர் ஏலக் கடையும் மார்கழி தவறாமல் ஊருக்கு வருகிறது.'

சட்சட்டென பிம்பங்கள் மாறும் 'எம்டிவி' நடை!

என்ன, கொஞ்சம் கதை ஆரம்பிப்பதற்கு முன்னாலும் சில வரிகள் எழுதுகிறார். கதை முடிந்த பின்னும் சற்றுத் தொடர்கிறார். பரவாயில்லை. போகப் போகத் தெரிந்து கொண்டு விடுவார்.

முருகன் நல்ல எதிர்காலமுள்ள இளைஞர்.

சுபமங்களா ஜூன் 1993
ஆதம்பூர்காரர்கள்
இரா முருகன் சிறுகதைகள்
ஞானச்சேரி.

# 9

## கூனன் தோப்பு

(விமர்சனம்)

தோப்பில் முஹம்மது மீரான் அண்மையில் சிறு பத்திரிகை களில் பரபரப்பாகப் பேசப்படும் எழுத்தாளர். இவர் மலையாள எழுத்தில் எழுதி, பிறகு தமிழுக்கு மாற்றிக் கொள்கிறார் என்று சுந்தர ராமசாமி இந்நூலில் விஸ்தாரமான முன்னுரையில் விவரம் தருகிறார். கற்ற மொழி மலையாளம். சொந்த ஊர், தமிழ் நாட்டில் கேரள எல்லையை ஒட்டி என்பதும் தெரிய வருகிறது. சுந்தர ராமசாமி இவரைத் தமிழ் நாவலை ரசிக்க வந்த அவதாரப் புருஷர் என்பதுபோல் எழுதியிருக்கிறார். இந்திரா பார்த்தசாரதி இவரை ஸிங்கருடன் ஒப்பிட்டிருக்கிறார். இந்த நாவலைச் சிலாகிக்காவிட்டால், உங்கள் இலக்கியப் பார்வை சந்தேகிக்கப்படும் என்று மறைமுகமாக எல்லாரும் பய முறுத்தியிருக்கிறார்கள். 'நம் பொய் முகங்களுக்கு இவர் எழுத்து மூலம் சில அடிகள் விழுந்திருக்கின்றன' என்று சுரா முதுகைத் தேய்த்துக் கொள்ளச் சொல்கிறார். இதற்கெல்லாம் அச்சப்படாமல் இந்த நாவலை 'அப்ஜெக்டிவ்'வாக அணுகிப் பார்ப்போம்.

'கூனன் தோப்பு' என்கிற இந்த நாவல் மீரானுடைய நான்காவது புத்தகமாக இருந்தாலும், கால வரிசையில் இவர் இருபத்தைந்து வருஷங்களுக்கு முன் எழுதிய முதல் நாவல். எல்லா முதல் நாவல்களுக்கும் சில குணாதிசயங்கள் உண்டு. எழுத்தின் ஆரம்பச் சுவையும் ஆவேசங்களும் கொண்டு காட்டாற்றுப் போக்கும், அனுபவமின்மையால் ஏற்படும் சலனமின்மையும்

இருக்கும். ஆனால், எல்லா முதல் நாவல்களிலும் பாசாங்கு இன்றி ஒரு புதிய ஆளுமை இருக்கும். சில பேருக்கு முதல் நாவல் தான் சிறந்த நாவலாக இருக்கும். சில பேர் முதல் நாவலை எழுதி விட்டு அதன் எதிர்பாராத வெற்றியால் அதே கதையைத் திரும்பத் திரும்பச் சொல்லிக் கொண்டிருப்பார்கள். ஆனால், பொது வாகவே எல்லா முதல் நாவல்களிலும் ஒரு புதிய ஸ்பரிசத்தின் ஆச்சரியம் இருந்தே தீரும்.

'இளம் பருவத்தின் வேகத்தில் எழுதி முடித்த நாவலை உருண் டோடிய பல ஆண்டுகள் தந்த முதிர்ச்சி அறிவைக் கொண்டு திருத்தி எழுதினால், இதன் கன்னித் தன்மைக்கு இழப்பு ஏற்பட்டு விடும்' என்று மீரான் நல்ல வேளை திருத்தவில்லை. அதன் 'கன்னித் தன்மையை' 'கூனன் தோப்'பில் பார்க்க முடிகிறது.

'கலிங்கராஜபுரம் மணற்காட்டில் கொல்ல மாமரம் அவிழ்த்து விட்ட வெறி பிடித்த இரவுக் காற்று இச்செய்தியைக் கொண்டு ஊர் சுற்றியது. கோள் சொல்லித் திரிந்தது.' ஏறத்தாழ இரவுக் காற்றுபோல் தான் கட்டுக்கடங்காது செல்லும் இந்த நாவலின் அமைப்பு. ஆனால், குறைகள் அதிகம் இல்லை. நாவல் வடிவத்தையும் கதை சொல்வதில் ஒரு தீர்மானத்தையும் உணர முடிகிறது. நிறைய கதாபாத்திரங்களைச் சாமர்த்தியமாகவே கையாளுகிறார்.

ஒரு கடலோரக் கிராமத்தின் கதைதான் இதுவும். புத்தனாறு. அதன் மேலக் கரையில் முஸ்லிம்கள், துறைப் பக்கம் கிறிஸ்தவர் கள். இருவருக்கும் இடையே பகை, ஒரு சிறிய சம்பவத்தில் தொடங்குகிறது. அலி, லில்லியின் கோழியைத் திருடி விடு கிறான். 'தலைமுடியை நெல்லில் கோர்த்துப் போட்டு விடுவார்கள். கோழிகள் ஆவலோடு கொத்தி விழுங்கும். தலை மயிரும் நெல்லும் அதன் தொண்டையில் மாட்டிக் கொள்ளும். மூச்சுத் திணறி கோழி துடிக்கும். உடன் கோழி மீது சாக்கைப் போட்டு, கோழியுடன் சாக்கை எடுத்து கக்கத்தில் வைத்துக் கொண்டு கிளம்பி விடுவார்கள்.'

இவ்வாறு சாதாரணத் திருட்டில் ஆரம்பித்தது, லில்லியை அலி பலாத்காரம் செய்து விட்டான் என்று செய்தி மாறிப் போய், அதைக் கண்டு லில்லியின் காதல் புல்பாஸ் அரிசி கொண்டு வந்த பீருக்கண்ணுவைக் கரையோரத்தில் அடிக்க, அதனால் கோபம் கொண்ட மம்மக்கண்ணு துறைப் பக்கம் வந்து கிடைத்த கிறிஸ்

தவனை ஒரு சாத்து சாத்த, மெல்ல மெல்ல தீ பரவுவதுபோல் இரண்டு கம்யூனிட்டிகளுக்கு விரோதம் வளர்வதைத் திறமை யாகச் சொல்லியிருக்கிறார்.

கைச் சண்டைகள் ஆயுதங்களுக்கு முன்னேற, ஒற்றைக்கு ஒற்றைச் சண்டை குழுச் சண்டையாகிறது. மெல்லப் படரும் நிழல்போல் கலவரம் விரிவடைந்து, இரு பிரதேசங்களுக்கு ஒரு 'சிவில் வார்' போல ஆகி விடுகிறது. 166ஆம் பக்கம் வரை போலீஸ் வருவதில்லை. அதற்குள் படிப்படியாக பெரிதாகும் சண்டை, முஸ்லிம்களைப் பொறுத்தவரை ஒரு 'ஜிஹாதா'க உருவெடுத்து, வீரத்துடன் மம்மக்கண்ணு சைனபாவிடம் விடை பெற்றுச் செல்கிறான்.

'அவள் மம்மக்கண்ணுவின் பின் கையில் முகத்தை வைத்தாள். அந்தக் கையில் கண்ணீரின் வெம்மை. 'இந்தக் கண்ணீருக்கே சூடெ நா மறக்க மாட்டேன். இந்தச் சண்டையில் மரிச்சுப் போனாலும் இந்த கண்ணீருக்கெ சூட்டுக்கெ நெனப்பிலெ எனக்கெ உயிர் பிரியும்.' தீ போலப் பரவும் இந்த விரோதப் பகைமையை மீரான் மிகவும் யதார்த்தமாக எளிமையாகச் சொல்லியிருக்கிறார். இரு தரப்பிலும், பெண்களும் குழந்தை களும் அறியாதவர்களும் அடிபடுகிறார்கள்; பலாத்காரங்கள் சாதி வேற்றுமையின்றி நடக்கின்றன.

இந்தக் கலவரத்தைக் கட்டுப்படுத்தக்கூடிய முஸ்லிம் தரப்பில் ஹாஜியார் அவர்கள், தனக்கு ஓட்டுப் போடவில்லை என்கிற கோபத்தில் அடித்துக் கொள்ளட்டும் என்று நாகர்கோவில் லாட்ஜுக்குப் போய் விடுகிறார். கிறிஸ்தவர்கள் தரப்பில், தந்தை பாதிரியார் ஊரில் இல்லை. சண்டை கலவரம் தாறுமாறாகப் பரவு கிறது. வெளியூர் ஆட்கள் திராவகம் கொண்டு வருகிறார்கள். வள்ளங்களும் வலைகளும் எரிக்கப்படுகின்றன. பிணங்கள் ஆற்றில் மிதக்கின்றன.

'மனிதர்கள் புழுக்களாய் மாறினர். துடிக்கின்றனர். மனிதர்கள் காட்டு விறகுகள் போலப் பற்றி எரிந்து கரிக் கட்டைகளாக உருமாறுகின்றனர்.' இறுதியில் ஏப்ரல் மாதத்தின் மீன்கள் கடலில் கொழிக்க, அதைப் பிடிக்க ஆளில்லை, படகில்லை. மிக நுட்பமாகக் கலகத்தின் பரவலை மீரான் எழுதியிருக்கிறார். பரபரப்பு அதிகமாகும்போது, சின்னச் சின்ன வாக்கியங்களில் எழுதியுள்ளார்.

கலகங்கள் பரவுவதையும் குழுக்கள் ஒருவரையொருவர் வெட்டிக் கொள்வதையும் இப்போது பல நாவல்களில் பார்க்கிறோம். 'ஈரம் கசிந்த நிலம்', 'ஆனந்தாயி' போன்ற நாவல்களிலும் அண்மையில் பார்த்தேன். ஆனால், இத்தனை விவரமாக இதனை நான் படித்ததில்லை.

'குடிசைகளில் தூங்கிக் கிடந்த வயோதிகர்களும், குழந்தைகளும், தீக்காயங்களுடன் வெளியே குதித்தனர். பரபரப்பில் சிலர் தொட்டிலில் கிடந்த குழந்தைகளைத் தூக்க மறந்து விட்டனர். உள்ளே சென்று தூக்க முடியாமல் துடிதுடித்தனர். வானளாவிய நெருப்புக் கோட்டைக்குள் கடக்க முடியாமல் நெஞ்சு வெடிச்சு அலறினர். குடிசைக்குள்ளேயும் வெளியேயிருந்தும் ஒலித்த அவலக் குரல்கள், மூங்கில் கம்புகள், ஓடுகள் கொட்டிச் சிதறிய ஓசைகளை மிஞ்சின...'

'கையில் கிடைத்தவர்களை வெட்டினர்.' கலவரங்களை வருணிக்க இவருடைய நடை ஈடு கொடுக்கிறது. இவருடைய நடை அதனால் உத்தமமானது என்று சொல்லவரவில்லை. மிக மிகக் கஷ்டப்பட்டுத்தான் இந்த நாவலின் அடி நாதத்தைப் பிடிக்க முடிகிறது. அதற்குப் பல இடங்களில் நடை தடையாக இருக்கிறது. அதன் முஸ்லிம் பேச்சு வழக்கு நிரடலாம். ஏராளமான அடிக் குறிப்புகளின், அரும்பத உரைகளின் தேவை இருந்தும் நாவல் படிக்கும்போது ஒரு லெவலில் லேசான Obscurity தொடர்ந்து கொண்டே இருக்கிறது.

A Clockwork Orange என்கிற விஞ்ஞானக் கதையில் எதிர்காலக் கவிஞர்களின் மூர்க்கத்தனத்தை விவரிக்கும் வகையில், நாவல் முழுக்க முழுக்கப் புதிய வார்த்தைகளில் எழுதப்பட்டிருக்கும். ஆரம்பத்தில் ஐம்பது பக்கங்கள் வரை புரியாது. அதற்கு மேல் தான் தெளிவாகும். 'கூனன் தோப்பிலும்' அதே அனுபவம்தான். புல்பாஸ், சிறப்பீனா, மம்மக்கண்ணு, கொழும்பான், சேமதுநானா, புளுத்தலையன், அங்காருப் பிள்ளை, சைனபா, பீருக்கண்ணு போன்று ஆண் பெயர் எது, பெண் பெயர் எது என்று எளிதில் அறிய முடியாத கதை மாந்தர்கள். அதில் 'அவன்', 'அவள்' அச்சுப் பிழைகள் வேறு. அவர்கள் பேச்சும் தமிழா, மலையாளமா என்று ரெண்டுங்கெட்டானாக. 'மாப்பிளக்க இரிச்சாதபோன வாருவளி என் எக்கெ பெட்டிய எறிஞ்சா களவாணவா வந்தேன். நிச்சொ கொலாவதக கடாலே சமான வாண்டாண்டாம்' போன்ற விநோத சம்பாஷணைகள், சுமார்

நூறு பிழைதிருத்தங்கள், அதிகம் பயன்படாத அடிக்குறிப்புகள், அரும்பத உரைகள் (மய்யலாணி - பிழை; மய்யவாடி - திருத்தம்) 'தாத்தா' என்றால் 'அக்கா' இப்படிப் பல இன்னல்களுக் கிடையில் இந்த நாவலில் அங்கங்கே சில பிரமிக்கத்தக்கக் கடையழகும் வருகிறது.

'மாலை சூரியனின் கடலில் சிற்றலைகளின் முதுகில் பிரதி பலித்தன. இரவு நேரங்களில் தூண்டில் போடுவதற்காகப் புறம் கடலுக்குச் செல்லும் பாய் மரங்கள் கரும் புள்ளிகளாகச் சுருங்கி, பார்வையிலிருந்து மாய்ந்து கொண்டிருந்தன. வெள்ளைச் சேலையின் பச்சை விளிம்பு போல் கடற்கரையில் வெண் மணலில் முளைத்து நின்ற புல் தரையில் நாலைந்து எருமைகள் முகம் தாழ்த்தி நாக்கைச் சுழற்றி புல் தேடி நடந்தன.'

சில சொற் பிரயோகங்கள், உருவகங்கள் பிரமிக்க வைக்கின்றன. 'ஒரு பாலருவியின் ஒய்யார சிங்காரம்' என்பது லேசாகப் புரியவில்லை என்றாலும் இதமாக இருக்கிறது. 'பூ எறியும் அந்தப் பார்வை' போல. 'பூஜ்யம் வால்டு பல்பு மட்டும் அனாதையாகத் தொங்கியது. அதன் வடிகட்டிய கஞ்சத்தனமாக ஒளி', 'கடைசி பஸ்ஸையும் நெஞ்சில் ஏற்றி இறக்கி விட்டு சற்று கட்டையைச் சாய்க்க காத்துக் கிடக்கும் பாவம் ரோடு.' 'தொண்டைக்குள் மாட்டிக் கொண்ட குரலை எடுக்க', 'மீம்பிள்ளைக் கண்ணின் இரும்பு வாசல் அழுது புலம்பிக் கொண்டு இரு பக்கமாக அகன்றது.'

ஜடப் பொருள்களுக்கு மனித உணர்ச்சி தரும் உருவகங்கள் சில சமயம் பிறழ்கின்றன. 'வானத்தின் விலாவிலிருந்த சிவந்த சூரியன் நகம் கடித்தது.' (சூரியன் எப்படி நகம் கடிக்கும் என்று யோசித்துப் பார்க்கவும்).

'சூரியன் அடிவானக் கோட்டில் சூட்டு பந்தத்தைக் குத்தி அணைத்தது' போன்ற நிரடல்களும் உண்டு. தொண்டைக் குழியிலிருந்து வார்த்தைகள் குதிக்கின்றன; சிரிப்புகள் உதட்டில் தேய்க்கப்படுகின்றன.

இந்த நாவலின் பொது அமைப்பில் கிரேக்க துன்பியல் நாடகங் களின் விதியின் ஆளுமையும் ஐரனியும் (Irony) இருப்பதை மற்றொரு தளத்தில் கவனிக்க முடிகிறது. கலகத்தை ஆரம்பித்தவ னாக புல்பாஸ் கிறித்தவ சிவப்பி பீனாவுக்கும் காதர் பிள்ளைக் கும் பிறந்தவன் எதற்காக இந்த மாதிரி அடித்துக் கொள்கிறோம்

என்கிற கேள்வி எழும்போது, தன் பிறப்பின் உண்மையைத் திரை போடத்தான் 'துலுக்கனுக்குப் பிறந்தவன்' என்கிற இழி சொல்லை துறையிலுள்ளவர்கள் மனத்தில் இருந்த அப்புறப் படுத்தத் தான் பீருக்கண்ணை அவன் தாக்கியது. எதற்காக இதைச் செய்தான்? 'சமுதாயத்தின் இதயத்தில் பதிவாகத் தன்னை ஆணி அடித்துப் பதிவு செய்வதற்குத் தானே' என்கிற ஞானோதயம் வரும்போது மிக மிக தாமதமாகி அனைவரும் அழிந்து போயிருக் கிறார்கள்.

இந்த நாவலை நல்ல நாவல் என்று சொல்வதில் எனக்கு எந்தவிதத் தயக்கமும் இல்லை. ஆனால், இந்த மாதிரி நாவல்கள் வந்துதான் நம் தமிழ் இலக்கியத்தை உத்தாரணம் பண்ண வேண்டும் என்று சொல்லும் தாழ்வு மனப்பான்மையை முதலில் நாம் துறக்க வேண்டும்! தமிழில் உள்ள நல்ல நாவல்களில் இதுவும் ஒன்று.

*சுபமங்களா, ஜூலை, 1993.*
கூனன் தோப்பு
தோப்பில் முகமது மீரான்
ஜலீலா பப்ளிஷிங் ஹவுஸ்.

# 10

## நேற்றிருந்தோம் அந்த வீட்டினிலே

(விமர்சனம்)

இலங்கைத் தமிழர்களின் எழுத்தைப் பற்றிப் பொதுவாகவே 'மெயின் லாண்ட்' தமிழர்கள் கவலைப்பட்டதில்லை. ஏதோ ஒரு ஓரத்தில் இருந்துகொண்டு அவர்கள் பாட்டுக்குக் கதைத்துக் கொண்டிருக்கட்டும் என்றுதான் பெரும்பாலும் இருந்து வந்திருக் கிறோம். அவ்வப்போது, ஆறுமுக நாவலர், கைலாசபதி, பொன்னுத்துரை போன்ற பெயர்களைக் கேள்விப்படும்போது 'த்சொ, த்சொ' என்போம்.

சி. வை. தாமோதரம் பிள்ளை, உ.வே.சா.வுக்கு ஈடான தமிழறிஞர் என்றால், 'அப்படியா' என்று சொல்லிவிட்டு அடுத்த காட்சி 'ஜென்டில் மேன்' புறப்படுவோம். காரணம், நாம் உ.வே.சா.வையே மறந்தாயிற்று. ஈழத்திலிருந்து வெளிவரும் கவிதைகள் சில சிறு பத்திரிகைகளில் வெளிவந்து அவைகளின் உக்கிரம் கவனிக்கப்படாமல் போய் விடும்.

இன்றைய நாட்களில், உயிர் வாழ்வில் உள்ள தவிப்பில் இலங்கைத் தமிழர்களுக்கு எழுத நேரம் இருப்பதாகத் தெரிய வில்லை. எழுதக் கூடிய இளைஞர்கள் எல்லாம் ஏ.கே. 47 பிடித்திருக்கிறார்கள். பாரிஸ், கனடா, ஹாலந்து, ஆஸ்திரேலியா போன்ற இடங்களில் சிதறிப் போய் ஈழப் போராட்டத்துக்கு நிதி சேர்த்து அனுப்பிக் கொண்டிருக்கிறார்கள். தப்பித் தவறித்தான் ஒரு யோகநாதன் மனைவி மக்களையும், நல்ல உத்தியோகத்தை யும் பிரிந்து தமிழ் நாட்டில் இருந்து தம் மக்களின் வாழும்

சரித்திரத்தில் சம பங்கு கொண்ட தமிழர்கள் எவ்விதம் இரண்டாம்தர குடிமக்கள் நிலைமைக்குத் தள்ளப்பட்டார்கள் என்பதை, அவர்கள் நிலைமைக்கான வேரை அகழ்ந்து தேடி 'இன்றைய வாழ்வுக்கு, இனி வரும் வாழ்வுக்கும் காரணமும் வழியும் புலனாகும்' என்ற எண்ணத்தில் 'அசுர வித்து' என்று ஒன்பது பாகங்களைக் கொண்ட நாவல் தொடரை மிகுந்த ஆராய்ச்சியுடன் எழுதப் புறப்பட்டிருக்கிறார்.

இந்தப் பணியும் அவர்கள் போராட்டத்தின் ஒரு அங்கம்தான். அத்தொடரின் முதல் நாவல் 'நேற்றிருந்தோம் அந்த வீட்டினிலே'. இலங்கை இலக்கியத்தை நாம் புறக்கணிப்பதற்குக் காரணம் அந்த வட்டாரத்தின் தனிப்பட்ட தமிழ் நமக்கு முழுவதும் புரிவதில் உள்ள சிரமம். மற்ற மாநிலங்களின் வட்டார வழக்குகள்போல் அல்லாமல் தீவுத் தனத்தாலும், கலாச்சாரப் பரிமாற்றங்கள் அதிகம் இல்லாததாலும் அவர்கள் தமிழ் ஆதார அமைப்புகளிலும், வார்த்தைகளிலும் நிறைய மாறுதலடைந்திருக்கிறது.

'காரியம் கடும்பில் ஒரு துண்டைப் பிய்த்துத் தின்று விட்டுப் பொச்சடித்தாள்' என்றால், காரியம் என்ற பேர் படைத்த பெண் அப்பம் சாப்பிட்டாள் என்று உபத்திரவமில்லாத அர்த்தம்! அதேபோல் வள்ளம், பறிக்கூடு, சலகப் பெட்டி, நீத்துப் பெட்டி, கிடுரு, திருக்கல் வண்டி, மூக்குப் பேணி போன்ற வார்த்தைகளும் பழக வேண்டும். ஐமிச்சம் என்றால் சந்தேகம், கலம்பகம் என்றால் கலகம், புளுகு என்றால் புகழ்வது, நாங்கள் என்றால் நீங்கள், குடும்பி என்றால் குடுமி... இந்தச் சிக்கல்களை எல்லாம் கடந்து இலக்கியத்தைத் தேட நமக்குப் பொறுமை இல்லை. அதனால் சில நல்ல சிறுகதைகளும் நாவல்களும் நம் பார்வையிலிருந்து விட்டுப் போய் விடுகின்றன. அது ஒரு இழப்பே.

அந்த இழப்பு யோகநாதனின் இந்த நாவலுக்கு ஏற்படா வண்ணம் பார்த்துக் கொள்ள வேண்டும். அதற்கான குறிப்புக்கள் இதோ:

யோகநாதன் (அகதியின் முகம்) நாவல்கள், சிறுகதைகள், சினிமா, கட்டுரைகள், குழந்தை இலக்கியம் என்ற பல திறமை படைத்த முக்கியமான இலங்கை எழுத்தாளர். அவருடைய இந்த நாவலின் சரித்திர நோக்கங்களை முதலில் உணரவேண்டும். தம்

மக்களின் சரித்திரத்தைச் சொல்ல குளத்தூர் என்கிற கரையோர கிராமத்தின் கதையை இந்த நூற்றாண்டின் ஆரம்பத்தில் இருந்து சொல்கிறார்.

கார்த்திகேசு, ஆறுமுகம், ருக்குமணி, லட்சுமி, பொன்னாச்சி, கனகசபை, விசுவலிங்கம, செல்லத்துரை, பரியாரி, பரமு, தாடிச் சாமியார், மகேஸ்வரி, செல்லம் என்று சுமார் ஐம்பது பேராவது அடர்த்தியாக நிறைந்திருக்கும் பாத்திரங்களில் முக்கியப் பாத்திரங்களை அடையாளம் கண்டுபிடிக்க சுமார் நூற்றைம்பது பக்கமாவது ஆகிறது!

முக்கியப் பாத்திரம் அந்தக் கிராமத்துக்கு வரப் போகும் ரயில்! ஸாரி, றயில். அதன் வரவால் அந்தக் கிராமத்தில் ஏற்படும் கலகம், மாற்றம். இதிலும் ஆதாரமாகப் பார்த்தால் மாற்றம்தான் இந்த நாவலின் முக்கியப் பின்னணி. வெள்ளைக்காரர்களின் வரவால் நிகழும் மதமாற்றம் சைவ சித்தாந்தத்தில் பழகிப் போன கிராமத்துக்கு ஓர் அதிர்ச்சி. அதற்கு மேல் ‘இந்த ரயில் பாதை’ தரப் போகும் மாற்றம்.

‘எங்கடை பக்கத்தாலை ஏதுவோ வரப் பாகுதெண்டு கதை அடிபடுகுது. நானும் பார்த்தனான். ஒரு நீளத்துக்கு மண் விலக்கி கல்லுப் பறிக்கிறாங்கள்...’

‘றெயில் வரப் போகுது.’

‘அது வந்தால் பேய், பிசாசு, பொய், புளுகு எல்லாம் ஏறி வந்திடும் எண்டு கதைக்கிறாங்கள் அது மெய்யோ?’

‘அது பச்சைப் பொய்!’

‘ஊரெல்லாம் இப்பிடித்தானே கதைக்குது. அப்பகூட இப்பிடித் தான் சொன்னவர். றெயில் வந்தால் ஊருக்குள்ளே விடாமல் கல்லாலை எறிவார்களாம்!’

‘அது ஒற்றைத் திருக்கல் வண்டிலில்லை. நூறு இருநூறு திருக்கல் வண்டிலைக் கோத்து விட்ட மாதிரி பெரிசா பிலமா இருக்குமாம். இரும்புப் பாதையிலை தானாக ஓடுமாம்.’

‘கோஜ் வண்டியிலை நாலைஞ்சு பேர்தான் போக முடியும். அதும் காசுக்காறர், வசதியுள்ளவை... சாதிமான்கள்...’

‘இந்த வண்டியிலை நிறைய பேர் போகலாம். அதோடை காய்கறி சாமான் ஏத்திக் கொண்டு போகலாம். வீச்சாகவும் போயிடுமாம். காசும் குறைவாம்...’

என அதன் வரவைப் பற்றி அச்சம் கலந்த எதிர்பார்ப்பு இருந்தாலும் ரயில் பாதை போட காணி வேண்டும் என்று ஊரில் உள்ள சிலரின் பசுமையான நிலங்களை ‘கவுன்மெந்து’ அபகரிக்கும்போது கிராமத்துக்கு ஏற்படுவது புதிய சிக்கல்... தன்னுடைய ‘நெல்லியடி வளைவை’ இழக்கும் பொன்னாச்சி அதிர்ச்சியில் இறந்து போகிறாள்.

‘அநியாயமா அந்த மனுஷியை கொண்டிட்டாங்க. பூஞ்சோலை மாதிரி வச்சிருந்த காணி. இந்தக் காணிக்குள்ளை உள்ள மாமரத்துக் கீழைதான் தன்னைத் தாழ்க்க வேணுமெண்டு அது அடிக்கடி சொல்லும்தான். செத்துப் போனாலும், இந்த காணிக்குள்ளையே ஒரு மரமாகவோ, பறவையாகவோ அதுவும் ஒரு குயிற் பிள்ளையாகவோ பிறப்பெடுப்பனெண்டு அது சொல்லிக் கொண்டிருந்தது...’

நாகரிகத்தின் அனுதாபமற்ற தேவைக்காக நாம் இழக்கும் சம்பிரதாயங்களும் கவிதை கலந்த நினைவுகளும் உலக இலக்கியத்தின் முக்கியமான தீம்களில் ஒன்று.

பொன்னாச்சியின் மரணத்தைத் தொடர்ந்து கிராமம் தன் அமைதியை இழக்கிறது. தண்டவாளம் போட வந்தவர்கள் மூன்று பேர் ‘பிறத்தியார்’ கொல்லப்படுகிறார்கள். அதற்குப் பழி வாங்கும் நோக்கத்துடன் தலைமைக்காறன் கார்த்திகேசுவைத் தேடி வந்து அவனைக் காணாமல் அவன் மகன் ஆறுமுகத்தைத் தலைகீழாகத் தொங்க விட்டு அவன் மனைவி ராசம்மாவைப் பலாத்காரம் செய்ய, அடுத்தடுத்து நிகழும் நிகழ்ச்சிகளில் மூன்று நான்கு கொலைகள் விழ, கிராமம் முழுவதும் ஒரு பயத்தின் பிடியில் அகப்பட, எது எப்போது நிகழும் என்று சொல்ல முடியாத நிலையில் இளந்தாரிகள் தலைமைக்காறனின் கொடுமை தாங்காமல் காட்டுக்குச் சென்று மறைய, கவர்மெண்டு ‘பங்களா’ இடிக்கப்பட, போலிசு கொண்டு வரப்பட ‘என்ன பைம்பலாக இருந்த ஊர் இது பேந்தும் பேந்தும். இந்த ஊருக்கு வில்லங்கம் வந்தபடியே இருக்குது. எல்லாம் இந்த றெயில்ச் சனியனுக்குத் தண்டவாளம்போடத் துவங்கினத்துக்குப் பிற்பாடுதான்!’

கவர்மெண்டு கோழி முட்டை, கருங்கல்லையும் உடைக்கும் என்பது திரும்பத் திரும்ப வலியுறுத்தப்படுகிறது.

'ரெயில் வாறது எங்களுக்குப் பிடிக்கேல்லை. பாதை போட வந்தங்களிலை ரெண்டு மூன்று பேரை முடிச்சிட்டால் விஷயமே நிண்டிடும் என்று நினைச்சம்... சரியாச் சொன்னால் சூரியனை விரலாலை மூட நினைச்சம்....'

எல்லா சமூக மாறுதல்களுமே சூரியனை விரலால் மூட நினைப்பது போல் தவிர்க்க இயலாததுதான். மாறுதலை வர வேற்க வேண்டிய கட்டாயமும் அதனால் ஏற்படும் இழப்புகளும் திறமையாகச் சொல்லப்பட்டிருக்கிறது. யோகநாதன் சின்னச் சின்ன உப அத்தியாயங்களால் ஆக்கப்பட்ட பெரிய பதினான்கு அத்தியாயங்களால் பாத்திரத்துக்குப் பாத்திரம் தாவித் தாவி கதை சொல்லும் பாணி பழகி விட்டால், இந்த நாவலின் அடி நாதத்தைப் பிடித்து ரசிக்க முடியும்.

ஆறுமுகம் ருக்மிணியின் காதல், மகேஸ்வரியின் சரசங்கள், கனகசபையின் பெண் வேட்டை, பழனி செல்லத்துரையின் பிள்ளை ஆசை, கிராமத்தில் எல்லாக் குழந்தைகளுக்கும் செவிலித் தாயான காரியம், காம இச்சையுடன் ஒற்றனைக் கொட்டையடிக்கும் லட்சுமி, கர்ப்பத் தடுப்பிலிருந்து 'புருஷரத்னத் தைலம்' வரை சகல வித வைத்தியங்களும் செய்யும் பரிய்யாரி, தில்லையம்பலம், சங்கூதி சிவஞானம், தேசிய உணர்ச்சியும், விடுதலை உணர்ச்சியும் புகட்டும் தாடிச் சாமியார், சாகிற தருணத்தில் 'முகுந்தனின் பெண் சாதி சின்னாளை நான் வச்சிருந்தானான்' என்று ஒப்புக் கொள்ள கனகா, வடிவான பெட்டையளும், பொடியளும் நிரம்ப... கற்பனை பாத்திரங் களின் ஊடே சரித்திரச் சம்பந்தத்துக்காக ஆறுமுக நாவலர், சி.வை. தாமோதரம் பிள்ளை, நீதிபதி கதிர்வேற் பிள்ளை போன்ற உண்மை மனிதர்களையும் அவ்வப்போது தொட்டுக் காட்டி, ஒரு சிறப்பான நாவலைப் படைத்து விட்டார் யோகநாதன். இவர் இந்த நாவல் தொடரின் மற்ற புத்தகங்களையும் எழுதி முடிக்க இந்த நாவலில் அடிக்கடி விளிக்கப்படும் பிள்ளையார் அருளட்டும்.

**சுபமங்களா, செப்டம்பர், 1993.**
**நேற்றிருந்தோம் அந்த வீட்டினிலே**
**செ. யோகநாதன், காந்தளகம்**

# 11

## வீரப்ப மொய்லி - சுஜாதா உரையாடல்

மொய்லி பற்றி சுஜாதா

தட்சிண கர்நாடகத்தில் கர்கலா என்கிற டவுனுக்கு அருகில் மார்பாடி கிராமத்தில், ஒரு ஏழைக் குடும்பத்தில் பிற்பட்ட வகுப்பில் பிறந்த (ஜனவரி 12, 1940) எம். வீரப்ப மொய்லி, இன்று கர்நாடக முதலமைச்சர். தந்தை தம்மைய்ய மொய்லி, எழுத்தறிவில்லாது அக்கம் பக்கத்துக் கோவில்களில் நாதஸ்வரம் வாசித்துச் சம்பாதித்தவர். தேவ அடிகா வகுப்பில் பிறந்த மொய்லியின் இளம் வயது வாழ்க்கையில் அடுத்த வேளை சோறுகூட ஒழுங்காகக் கிடைக்காமல் இருந்தது. சட்டையை அழுக்குப் போகத் தோய்க்கும் நாட்களில் எல்லாம் பள்ளிக்குச் செல்ல முடியாது (வேறு சட்டை இல்லை). தாய் பூவம்மா பாலும், வரட்டியும் வியாபாரம் செய்து சம்பாதித்து, அவ்வப்போது நகைகளை அடகு வைத்து மொய்லியின் பள்ளிப் படிப்பைச் சமாளித்திருக்கிறார்.

ஏறக்குறைய கன்னட சினிமா போல் குடிசையிலிருந்து, பாதி சோற்றில் மிராசுதாரர்களால் விரட்டியடிக்கப்பட்ட குடும்பம். சிறுவன் வீரப்ப மொய்லிக்கு ஏற்பட்ட வைராக்கியத்தால் நன்றாகப் படித்தார். இளங்கலை முடித்ததும் எல்.ஐ.ஸி.யில் சேர்ந்தார். பின்னர் சர்க்கார் உத்தியோகம்; செகண்ட் டிவிஷன் கிளார்க்காக. அதோடு நின்று விடாமல் சட்டப் படிப்பு படித்தார். அட்வகேட் ஆனார். இன்னும் அவருடைய ஆர்.டி. நகர் வீட்டில் இருக்கும் எம். வீரப்ப மொய்லி அட்வகேட் என்ற போர்டு (என்ன கொஞ்சம் பெரிசான சலவைக் கல் போர்டு).

1969ல் இந்திரா காந்தி, 'ஏழைகளுக்கு உதவுங்கள்' என்று விடுத்த அழைப்பால் காங்கிரஸ் கட்சியில் சேர்ந்தது அவர் வாழ்க்கையில் பெரிய திருப்பம். பிறகு என்ன? பாலிடிக்ஸ்! 1972லிருந்து தொடர்ந்து எம்.எல்.ஏ., கர்கலா தொகுதியிலிருந்து நின்று 72, 78, 83, 85, 89 என்று எப்பெப்போ எலக்ஷனோ அப்பப்போ வெற்றி. எல்லா காங்கிரஸ் முதலமைச்சர்களிடமும் அமைச்சராக இருந்திருக்கிறார். பரிபூர்ண காங்கிரஸ் விசுவாசி. கடைசியில் பங்காரப்பாவை எதிர்த்து ரிபெல் கோஷ்டி அமைத்து, ராஜிநாமா செய்து நடந்த விஷயங்கள் அனைவருக்கும் தெரியும்.

மார்பாடி குடிசையிலிருந்து விதான் சௌதாவின் முதலமைச்சரின் சந்தன நாற்காலிக்கு ஓர் ஆச்சரியமான தேவதைக் கதை உயர்வு. இந்தியாவில் இதுவும்தான் சாத்தியமாகிறது. மொய்லி கதை, கவிதைகள் எழுதி காதல் பண்ணி, மாமா பெண்ணுடன் ஓடிப் போய் பெங்களூரில் ஐம்பதே ரூபாய் செலவில் தாலி கட்டிய ரொமாண்டிக்; பத்து வயசிலேயே 'மிலனா' என்று காதல் கவிதை எழுதியவர்; கிரிக்கெட் பிரியர்; வக்கீல். இந்தச் சுவாரஸ்யமான வியக்தியை அண்மையில் 'புதிய பார்வை'க்காக சந்திக்க சந்தர்ப்பம் கிடைத்த போது...

**சந்திப்பு பற்றி சுஜாதா**

ராத்திரி எட்டு மணிக்கு 'கிருஷ்ணா' (முதலமைச்சரின் அலுவலகம்) திருவிழாக் கோலம் கொண்டிருந்தது. கார் நிறுத்த இடம் இல்லாமல் வண்டிகள். அசோகா ஓட்டல் தாண்டி குமாரக்ருபா கெஸ்ட் ஹவுஸ் வரை வழிந்திருந்தன. வாசலில் காத்திருந்தவர்கள் அத்தனை பேரையும் பார்க்க வேண்டும் என்றால், நம் முறை வர ஒரு வாரம் ஆகும்போல இருந்தது. ஆச்சரியகரமாக, பிரஸ் காரியதரிசி மைஸூர் மட், 'ஹூ இஸ் சுஜாதா?' என்று விசாரித்துக் கொண்டிருந்தார். நாங்கள் ஒரு முதலமைச்சரைச் சந்திக்க லேட்டாகப் போன ஒரே பெருமையுடன் கட்டடத்தில் நுழைந்தோம்.

வராந்தாவிலும், மாடிப் படிகளிலும், இண்டு இடுக்குகளிலும் ஜனங்கள். அந்த ஒரே ஒருத்தரைச் சந்திக்கக் காத்திருந்தார்கள். நாங்கள் (நான், பாவை, யோகா, அமுதவன், அ. குமார்) ஓர் அலங்காரமற்ற அறைக்குள் செலுத்தப்பட்டோம். இரண்டு டெலிபோன்; இரண்டு சோபா, இரண்டு பி.ஜே.பி. பிரமுகர்களுடன் நாங்களும் தாழ்ந்த குரலில் காத்திருந்தோம். புஷ்டியான

காங்கிரஸ்காரர்கள் அடிக்கடி நுழைந்து ஒருவருக்கொருவர் கன்னடத்தில் கை குலுக்கிக் கொண்டார்கள்.

மொய்லி சட்டென்று தோன்றினார். 'கொஞ்சம் வெளியே காத்திருங்கள். இதோ வந்து விடுகிறேன், ஸாரி' என்று புன்னகையுடன் சொல்லி விட்டு, மிச்ச பார்ட்டியுடன் அவர் மாநில ரகசியம் பேச, நாங்கள் ஒரு கான்ஃபரன்ஸ் ஹாலுக்கு ஓட்டப்பட்டோம். சுமார் ஐம்பது பிரதிநிதிகள் சுவரில் தொங்கிய ஹுசேன் குதிரையைக் கவனிக்காமல் பிஸ்கட் சாப்பிட்டுக் கொண்டிருந்தார்கள்.

ஒன்பது மணிக்கு மீண்டும் அழைக்கப்பட்டோம். மொய்லியின் அறைக் கதவைக் கால்வாசி திறந்து நாங்கள் திணித்துக் கொள்ள உள்ளே மைஸூர் மட், ரவீந்திரா ஐ.ஏ.எஸ். ஆபீசர்.

முதலமைச்சர், 'கம்' என்று அன்பாக அழைத்து பக்கத்தில் உட்கார வைத்தார். எந்த பி.டி.எஸ். பஸ்ஸிலும் சந்திக்கக் கூடிய உதாரண - கன்னட - திராவிட முகம். ஒரு லாயரின் அழுத்தத்துடன் தெளிவான ஆங்கிலம். கதர் சட்டை; கதர் பேண்ட்; சிரிக்கும்போது கண்கள் சுருங்கி சிரிப்பு நிஜம் என்று அறிவிக்கிறது. அவசரமாகப் பொருத்தப்பட்டது போன்ற மூக்கு. ஆரோக்கியமான பற்கள்.

காலை ஹாசனிலிருந்தவர். பெங்களூர் வந்து போலீஸ் சி.ஐ.டி. இலாகாவுக்குப் போய்விட்டு, கான்ஃபரன்ஸ் ஹாலுக்கு வந்து, இரண்டு மணி நேரம் தொழிலதிபர்கள் பெட்டிஷன்களை வாங்கிக் கொண்டு, கடைசியில் அந்த நாற்காலிக்கு வந்து உட்கார்ந்திருக்கிறார். புன்னகை மாறவில்லை; களைப்பில்லை; எங்கள் கேள்விகளுக்குப் பதிலளித்தார் அந்த ஐந்து கோடி மக்களின் தலைவர்.

*சுஜாதா:* உங்கள் வாழ்க்கையில் நடந்த மிகப் பெரிய திருப்பு முனை எது?

*மொய்லி:* நாங்கள் மிக ஏழ்மையான குடும்பம்... கோவில்களில் நாதஸ்வரம் வாசிக்கிற வகுப்பைச் சேர்ந்தவர்கள். விவசாயம்தான் ஜீவனம். அந்தக் காலத்தில் நிலச் சுவான்தார்களின் ஆக்கிரமிப்புகளும் அட்டகாசங் களும் மிக அதிகமாக இருக்கும். எனக்கு நான்கு அல்லது ஐந்து வயது இருக்கும் என்று நினைக் கிறேன்... சரியாக நினைவில்லை. ஆனால், என்

னுடைய ஞாபகத்தில் பதிந்துள்ள முதல் நிகழ்ச்சியாக அதனைச் சொல்லலாம்... ஒரு நாள் வீட்டில் உட்கார்ந்து சாப்பிட்டுக் கொண்டிருந்த போது, நிலச் சுவான்தார் வீட்டுக்கு வெளியில் வந்து, வீட்டிலிருந்த பொருட்களை எல்லாம் தூக்கி வெளியில் வீசி எறிந்தது எங்களை வெகுவாகப் பாதித்தது என்ற சொல்லலாம். பிற்பாடு நான் பொது வாழ்க்கைக்கு வருவதற்கு இந்த நிகழ்ச்சிதான் தூண்டுகோலாக இருந்தது. அக்கிரமங்களையும் அநீதிகளையும் எதிர்த்து நிற்க வேண்டும்; எதிர்த்துப் போராட வேண்டும் என்ற எண்ணத்தை இளம் வயதிலேயே ஊட்டியதும் இந்த நிகழ்ச்சிதான்.

*சுஜாதா:* சிறு வயது முதலே மிகுந்த ஏழ்மையில் வாடியவர் நீங்கள் என்று படித்திருக்கிறேன்...

மொய்லி: ஏழ்மையென்றால் இப்படி அப்படி ஏழ்மை கிடை யாது. கடுமையான மோசமான ஏழ்மை... பல மாதங் களுக்கு அரிசியைக் கண்ணால்கூடப் பார்த்தது கிடை யாது... கோதுமையின் உமி இருக்கிறதில்லையா... அதுதான் தவிடு... அந்தத் தவிட்டை வேக வைத்து தின்றே பல நாட்களை ஓட்டியிருக்கிறோம்.

*சுஜாதா:* இது ஒரு ஆச்சரியமான செய்தி... ஆக அவ்வளவு ஏழ்மையில்... கடை நிலையில் இருப்பவர்களாலும் முயற்சி செய்தால் மேலே வர முடியும். முன்னுக்கு வர முடியும் என்பதற்கு உங்கள் வாழ்க்கை ஒரு முன்னுதாரணமாக ஆயிற்று.

மொய்லி: நிச்சயமாக. கட்டாயம் முன்னுக்கு வரலாம். முயற்சி செய்யும் வழிமுறைகளும், நோக்கமும் சரியானவை யாக அமையுமானால் நிச்சயம் முன்னேறலாம்.

*சுஜாதா:* எப்படி அரசியலுக்கு வந்தீர்கள்?

மொய்லி: எங்கள் ஊரில் நடந்த திருமண நிகழ்ச்சி ஒன்றில் மேளம் அடிப்பவனை எல்லாருமாகச் சேர்ந்து அடித்துப் போட்டு விட்டார்கள். சம்பந்தப்பட்டவர் களின் தலையீடு காரணமாக மருத்துவ வசதிகள்கூட அவனுக்கு மறுக்கப்பட்டன. தவிர, குற்றம் சாட்டப்

பட வேண்டியவர்களை விடுத்து அப்பாவிகள் மீது பொய் வழக்குகள் ஜோடிக்கப்பட்டன. இந்த நிகழ்ச்சி கள் எல்லாமே எனக்குள் ஒரு வேகத்தை, ஒரு கோபத்தை ஏற்படுத்தக் காரணமானவை என்று சொல்லலாம். இந்தச் சமுதாயத்தில் நீதிக்கும் நியாயத் துக்கும் எதிராக என்னென்னவோ நடைபெறுகின்றன. அவைகளை எல்லாம் எதிர்க்க வேண்டும்... எதிர்த்துப் போராட வேண்டும் என்ற போர்க் குணத்தை இந்த நிகழ்ச்சிகள் எனக்குள் விதைத்தன. இம்மாதிரியான அநீதிகளுக்கு எதிராகப் போராட வேண்டும் என்னும் போது அதற்கு சட்டம் படிப்பது அவசியம் என்று தீர்மானித்துக் கொண்டேன். அதன்படி சட்டம் படித்தேன்.

நான் நினைத்தபடியே சட்டப் படிப்பு படித்து, வக்கீலானதும் நடைபெற்ற ஒரு நிகழ்ச்சியில், முறை கேடாகப் போலீஸ் பிடித்துச் சென்ற அப்பாவிகளை ஒரு மணி நேரத்தில் நடவடிக்கை எடுத்து வெளியில் விடுவிக்கச் செய்தேன். இந்தச் சம்பவம் எங்கள் பகுதியில் என் மீது மக்களின் கவனம் திரும்ப காரண மாய் அமைந்தது. இதன் பிறகு தொடர்ந்து எங்கள் பகுதிப் பிரச்சினைகளில் நான் முழுப் பங்கு எடுத்துக் கொண்டு செயலாற்றுவது வழக்கமானது. 1969ல் இந்திரா காந்தி 'கிராமப்புறங்களின் இளைஞர்கள் அரசியலுக்க வர வேண்டும். அரசியலில் நுழைந்து ஏழைகளுக்கு சேவை செய்ய வேண்டும்' என்று அழைப்பு விடுத்த போது அரசியலில் குதித்து விட்டேன்.

*சுஜாதா:* உங்களைக் கவர்ந்த அரசியல் தலைவர் யார்?

*மொய்லி:* இந்திரா காந்தியைச் சொல்லலாம். ஆனால், அரசிய லில் பற்று வரக் காரணமாயிருந்தது எந்தத் தனிப்பட்ட தலைவரும் அல்ல. குறிப்பிட்ட சில நிகழ்வுகளே... சமூக மாற்றம் அரசியல் சம்பந்தப்பட்ட நிகழ்வுகள்...

*மொய்லி:* சரி. அரசியலுக்கு வந்தீர்கள்... என்றைக்காவது ஒருநாள் இந்த மாநிலத்தின் முதல்வராக வருவோம் என்று நினைத்ததுண்டா?

மொய்லி: உண்மையைச் சொல்ல வேண்டுமெனில் கிடையாது. ஏன், நான் ஒரு எம்.எல்.ஏ.வாக வருவேன் என்றுகூட நினைத்துப் பார்த்தது கிடையாது. என்னுடைய அரசியல் வாழ்க்கையில் நிறையவே ஆச்சரியங்கள். கர்நாடக அரசியல் காங்கிரஸல்லாத ஆட்சி அமைந்த போது, முதல் காங்கிரஸ் எதிர்க் கட்சித் தலைவன் நான்தான். இப்போது முதல்வராகியிருக்கும் முதல் கன்னட எழுத்தாளன் நான்தான்...

சுஜாதா: உங்கள் திருமணம்கூடக் காதல் திருமணம்தான் என்று படித்தேன். உங்கள் மனைவிக்கு நீங்கள் காதல் கடிதம் எழுதப் போய்...

மொய்லி: காதல் கடிதம் அல்ல... காதல் கவிதை. அவளைப் பற்றி நான் எழுத... என்னைப் பற்றி அவள் எழுத... என் மனைவிகூடக் கவிதைகள் எழுதுவாள்... அன்றைக்குத்தான் எழுதினோம் என்றில்லை. இப்போது கூட அவளும் எழுதுகிறாள். நானும் எழுதுகிறேன்... ஒருவருக்கொருவர் கவிதைகள் பரிமாறிக் கொள்கிறோம்.

சுஜாதா: இவ்வளவு பணிகளுக்கிடையிலும் உங்களுக்கு எழுது வதற்கு நேரம் கிடைக்கிறதா?

மொய்லி: ஓ.எஸ்.... எனக்கு சந்தோஷமான விஷயமே எழுது வதுதான். சமீபத்தில்கூட ஒரு கவிதை எழுதினேன். டென்ஷன்களில் இருந்து விடுபட எழுத்து எனக்கு மிகவும் உதவுகிறது. டென்ஷன்களிலிருந்து விடுபட மட்டுமல்ல, நான் நினைப்பதை... ஒரு சராசரி இளை ஞன் என்னுடைய கதாநாயகன் எனில், அவனுக்கு என்னென்ன கிடைக்க வேண்டும் என்று நான் நினைக்கிறேனோ, அதனை முதலமைச்சர் என்ற முறையில் உடனடியாய் நிறைவேற்றித் தர முடி யாமல் போகலாம்... ஆனால், ஒரு கதாசிரியன் என்ற முறையில் கதைகளில் நிறைவேற்றிவிட முடிகிறதே. உதாரணத்திற்கு ஒரு வீடு கட்டும் கட்டட வேலை செய்யும் இளைஞன் தன் மனதில் ஒரு சொந்த வீடு கட்டுவதாக... கட்டிப் பார்ப்பதாக ஒரு கவிதை எழுதியுள்ளேன். உடனடியாக அவனைச் சொந்த

வீட்டில் குடியேற்றி விடுகிறேனே என்னுடைய கவிதைகளில்!

சுஜாதா: நீங்கள் சிறுகதைகள் எதுவும் எழுதியிருக்கிறீர்களா?

மொய்லி: இல்லை. கவிதைகளும், நாவல்களும்தான். இரண்டு படங்களுக்கு ஸ்கிரிப்ட் செய்திருக்கிறேன். சிறுகதைகள் எனக்குப் பிடிப்பதில்லை.

சுஜாதா: நீங்கள் உங்களையே கதா பாத்திரமாக்கி முதலமைச்சரின் கதையை எழுதுவீர்களா? ஜெஃப்ரி ஆர்ச்சர் போல...

மொய்லி: இல்லை... தெரியாது... எழுத மாட்டேனென்று நினைக்கிறேன்... தீர்மானமாய் எதுவும் சொல்ல முடியாது.

சுஜாதா: கர்நாடகத் தமிழர்களைப் பற்றி என்ன நினைக்கிறீர்கள்? காவிரிப் பிரச்சினை தொடர்பாக எழுந்த கலவரம் பற்றி உங்கள் கருத்து என்ன?

மொய்லி: கன்னடர்கள், தமிழர்கள், முஸ்லிம்கள் என்றெல்லாம் பிரித்துப் பேச நான் தயாராகயில்லை. எல்லாரும் ஒன்றுதான். எல்லாரும் சகோதரர்கள்தான். எல்லாரும் ஒற்றுமையாக ஒரே குடும்பமாக இருந்தால்தான் நாடு முன்னேறும். காவிரிப் பிரச்சினை என்பது ஒரு உணர்வு பூர்வமான பிரச்சினை. இதில் சிக்கல் இன்றைக்கா வந்தது? ஏறக்குறைய நூறு வருடங்களாகத்தான் இருந்து வருகிறது. இந்தப் பிரச்சினை திடீரென்று தெருவுக்கு வந்ததும், மக்கள் மத்தியில் பிளவுகளை உண்டு பண்ணுவதும் தேவையே இல்லாத ஒன்று. கலகக்காரர்களும் வன்முறையாளர்களும் இடையில் குழப்பத்தையும் கலவரத்தையும் உண்டு பண்ணி விட்டார்கள். இது தேவையே இல்லாத ஒன்று... வருத்தத்திற்குரிய விஷயம். கொஞ்சம் நிதானமான அணுகுமுறைகளினால் இவற்றைச் சரிப்படுத்தி விடலாம்... பிரச்சினை கிடையாது.

சுஜாதா: கர்நாடகத் தமிழர்களுக்கு... அல்லது பெங்களூர்த் தமிழர்களுக்குக் குறிப்பாக எதுவும் சொல்ல விரும்புகிறீர்களா?

மொய்லி: ஒன்றுமில்லை... அவர்கள் இந்த மாநிலத்தின், இந்தத் தேசத்தின் நலனுக்காக உழைக்கிறவர்கள்... வாழ்கிற வர்கள்... அவர்களைத் தனிமைப்படுத்தி எதுவும் சொல்ல விரும்பவில்லை. எல்லாரும் ஒன்றுதான்.

சுஜாதா: இலக்கியத்தில் தலித் பண்டாயா இயக்கங்களைப் பற்றி என்ன நினைக்கிறீர்கள்? அவைகள் தாழ்த்தப் பட்ட மக்களின் உண்மையான உணர்ச்சிகளைப் பிரதிபலிக்கின்றனவா?

மொய்லி: அவைகள் பெரும்பாலும் அவநம்பிக்கைகளையும், உள்ளக் குமுறல்களையும்தான் பிரதிபலிக்கின்றன. தாழ்த்தப்பட்டவர்களின் ஆசைகளையும், நம்பிக்கை களையும் அணுவும் சித்தரிப்பதில்லை.

சுஜாதா: Son of the soil-மண்ணின் மைந்தர்கள் உணர்வு நாடு பூராவிலும் வளர்ந்து வருகிறது... இது பற்றி என்ன நினைக்கிறீர்கள்?

மொய்லி: அளவுக்கு மீறாத வரைக்கும் இந்த உணர்வுகளால் ஆபத்து இல்லை என்றே நினைக்கிறேன். 'பொஸஸிவ்னெஸ்' எல்லோருக்கும் இருக்கிற ஒன்று தான். ஒரு எல்லைக்குள் இந்த 'பொஸஸிவ்னெஸ்' அடங்கி இருப்பதில் தவறில்லை.''

சுஜாதா: தமிழ்நாட்டில் சினிமாத் துறையைச் சார்ந்தவர்களால், குறிப்பாக நடிகர்களால் ஆட்சியைப் பிடித்து விட முடி கிறது. ஆந்திராவிலும் என்.டி.ஆர். ஆட்சியைப் பிடித் தார். இங்கே கர்நாடகத்தில் அது சாத்தியமாக வில்லையே! என்ன காரணம்?

மொய்லி: இங்கே யாரும் சரியாக முயற்சி செய்யவில்லை என்று நினைக்கிறேன். அதுதான் காரணம்.

சுஜாதா: கிளாஸிக் கம்ப்யூட்டர் விவகாரத்தில் ஒரு கம்பெனி யின் கம்ப்யூட்டர்களை அரசாங்கம் வாங்குவதை நிறுத்தி விட்டீர்கள். வேறு கம்ப்யூட்டர் வாங்கும் உத்தேசம் உண்டா?

மொய்லி: இந்த ஊழல் நீக்கப்பட்ட உடன் நிச்சயம் பொருத்த மான கம்ப்யூட்டர்களை வாங்குவோம்.

விடை பெறும்போது...

மொய்லி: ஒரு முறை வீட்டுக்குச் சாப்பிட வாருங்கள்.

நாங்கள் கிளம்புகையில், அவரின் எளிமையும், அவரை அணுகு வதில் உள்ள சுலபமும் எங்கள் நினைவில் நின்றது.

கர்நாடக முதல்வர் வீரப்ப மொய்லியின் கவிதை ஒரு சாம்பிள்

'...உடைந்து நாசமான ஒப்பற்ற
முத்துக்களின் ஸ்படிகங்களில்
மீண்டும் ஒளிர வேண்டும்
(புது) யுகத்தின் அலைகள்.

நின்று, மிதந்து, உப்பி, மெய்
மறந்து நடனமிடுவோர்
ஏழைகளைக் கசக்கிப் பிழியும்,
வேரோடு பிடுங்கும் பரிதாபம்
தொடர்ந்தும்;

மனிதாபிமானமே
பிரபஞ்சத்தின் ஜாதி.
வேறில்லை, மற்றதில்லை
எல்லாம் சத்தியத்தின் நீதி.'

# 12

## பெங்களூர் - ஒரு கையேடு

'பெங்களூருக்கு நான் வந்து நேற்றுடன் இருபத்திரண்டு வருஷம், இருபத்திரண்டு நாள் ஆகிறது. ஆனால் பெங்களூர் நகரம் எனக்கு முன்னே கொஞ்ச நூற்றாண்டு காலமாக இருந்து வந்திருக்கிறது. கி.பி. 890-ல் மகத்தர் என்கிற வீரர் இறந்த செய்தியை பெங்களூரை அடுத்த பேகூர் கிராமத்தில் கண்டு பிடித்திருக்கிறார்கள். அதுதான் நகரின் மிகப் பழைய சாஸனம்.

சில ரோமானிய தங்கக் காசுகள் பெங்களூர் ஏர்போர்ட் அருகில் கிடைத்திருக்கின்றனவாம். அந்தக் காசுகள் எங்கே என்று தெரியவில்லை. இப்போது ஏர்போர்ட் பக்கம் போனால் காசு பிடுங்குவார்கள். சிறைக் கைதி போல, கம்பித் தடுப்புக்குப் பின்னாலிருந்து ஏரோப்ளேன் பார்க்க பத்து ரூபாய் டிக்கெட் எடுக்க வேண்டும். பெங்களூர் விமான நிலையம் ஒரு இரண்டுங் கெட்டான் நிலையம். பாதி, எச்.ஏ.எல். தொழிற்சாலைக்குச் சொந்தம். பாதி சிவில் விமான இலாகாவுக்கு. ரெண்டு பேரும் போட்டி போட்டுக் கொண்டு அதை வளர விடாமல் பார்த்துக் கொண்டிருக்கிறார்கள்.

ஏறக்குறைய சென்னை அளவுக்கு டிராஃபிக் உள்ள இந்த நிலையத்தில் ஒரு கப் காபி கிடைக்காது. சாயங்காலம் ஃப்ளைட்டுக்காகக் காத்திருக்க நேர்ந்தால், பிரசித்தி பெற்ற பெங்களூர் கொசுக்கள் உங்களை வீட்டுக்குத் தூக்கிச் சென்று விடும். ஆனால், அதிலிருந்து தப்பிக்க மறந்து போய்கூட

டாக்ஸியில் ஏறி விடாதீர்கள். சொத்தையே எழுதி வைக்க வேண்டி வரும். பெங்களூரின் தேசிய வாகனம் ஆட்டோ ரிக்ஷாதான். மீட்டரில் எத்தனையோ, அதைப் போல் ஒண்ணரை பங்குதான் ஓட்டுனர் கேட்டால் அன்று உங்கள் அதிர்ஷ்ட தினம்.

இருபத்திரண்டு வருஷம் இருந்தும் இன்றும் அதன் பல சந்து பொந்துகளை அறியேன். அதன் பல பாவங்களையும், பாசங் களையும் முழுவதும் அறியேன். பெங்களூர் வர்த்தகத்துக்கும், வர்க்கத்துக்கும் ஏற்ப வேஷங்களை மாற்றுகிறது. சேலம், வட ஆற்காடு மாவட்டத்தில் இருந்து தச்சு வேலையோ, கொத்தனார் வேலையோ செய்ய வருகிறவர்களுக்கு முதல் பிரச்சினை இடம்; கட்டி முடியாத வீடுகளின் அறைகளில், தகர அடுப்புகளில், அலுமினியப் பாத்திரங்களில் தமிழ் உழைப்பாளிகளின் சோறு பொங்குவதைப் பார்க்கலாம்.

பெங்களூர்வாசிகளுக்கு ஒரு ‘தர்ட்டி ஃபார்ட்டி சைட்டு’ கிடைத்து விட்டால் சாபல்யம். பிடிஏ என்னும் கோட்டையில் மனு போட்டு, வாழ்நாள் முழுவதும் காத்திருந்து, கடைசியில் ‘தர்ட்டி ஃபார்ட்டி சைட்டு’ கனிந்து, அதில் ஒரு நெருப்புப் பெட்டி சைஸில் வீட்டைக் கட்டி விட்டு, ஒரு தென்னை மரத்தையும் நட்டு விட்டுத்தான் சிலருக்குக் கட்டை வேகும். நல்ல இடங்களில் ஒரு கிரவுண்டு; அதாவது அறுபதுக்கு நாற்பது, சுமார் எட்டு லட்சத்துக்குக் கிடைக்கும்.

1687ல் சிவாஜியின் ஒன்று விட்ட சகோதரர் வெங்கோஜி என்பவரிடமிருந்து மைசூர் மகாராஜா முழு பெங்களூரையும் மூன்று லட்சத்துக்கு வாங்கினார். அப்போது என்னால் வாங்கியிருக்க முடியாதுதான். ஆனால், நான் பி.இ.எல்லில் சேர்ந்த புதிதில் ‘சுந்தர் நகரில் அஞ்சாயிரத்துக்கு ஒரு கிரவுண்டு இருக்கிறது வாங்கிக்கோ’ என்ற ஒரு நண்பர் என் தாவாங் கட்டையைப் பிடித்துக் கொண்டு கெஞ்சினார். வாங்கவில்லை; காரணம் அப்போ அஞ்சாயிரம் இல்லை. இப்போ ரிடையர் ஆகும் சமயத்தில் இங்கே செட்டில் ஆகலாம் என்று விலை விசாரித்தால் மார்பு துடிக்கிறது. பெங்களூரில் இத்தனை வருஷம் இருந்து விட்டு சைட்டு வாங்காத ஒரு ம.வ. தமிழன் நான்தான்.

ரோடு பக்கமாக வேலை செய்வோர் அத்தனை பேரும் தமிழர்கள். காய்கறி விற்பவர்கள் தமிழர்கள்; பழைய பேப்பர் வியாபாரிகள் தமிழர்கள்; நகரத்தின் அன்றாட நாடித் துடிப்புகளில் தமிழர்களின்

பங்கு கணிசமானது. யச்வந்தபுரம் அல்லது சிடி மார்க் கெட்டிலிருந்த தக்காளி சரக்கெடுத்து கை வண்டியைத் தள்ளிக் கொண்டு சஞ்சய் நகர் போன்ற தூர தேசங்களில் விற்கிறார்கள்.

இவர்களை இருபது வருஷங்களாகப் பார்த்துக் கொண்டு வருகிறேன். இவர்கள் வாழ்க்கையில் நான் கண்ட முன்னேற்றங் கள் இவை. கை வண்டிக்கு சைக்கிள் டயர் போட்டிருக்கிறார்கள்; இடது கையில் பர்மா பஜாரில் இருந்த வாங்கிய வாட்சு கட்டியிருக்கிறார்கள். பெல் ரோடில் தார் காய்ச்சி ஊற்றும் தமிழர்கள் இப்போதெல்லாம் காலில் சாக்குக் கட்டுவதை விட்டு, செருப்புப் போட்டுக் கொண்டிருக்கிறார்கள். தார் டின்களைப் பட்டையாக்கித் தட்டையாக்கி மூன்றடிக்கு வீடுகள் அமைத்து எஸ்கிமோக்கள் போல் இதில் ஊர்ந்து படுத்துக் கொள் கிறார்கள். முன்பெல்லாம் மரத்தடியில்தான் தூங்குவார்கள். தமிழர்களுக்கு இடப் பிரச்சினை கிடையாது. காவிரியின் போது இதே தமிழர்கள் ஆயிரக்கணக்கில் விரட்டியடிக்கப்பட்ட ஓசூரில் சரணடைந்த செய்தியைப் படித்திருப்பீர்கள். ஆனால், வெளி யேறிய தமிழர்கள் அனைவரும் இப்போது திரும்பி வந்து விட்ட செய்தி எத்தனை பேருக்குத் தெரியும்?

பெங்களூருக்குத் தமிழர்கள் வேண்டும்; தமிழர்களுக்கு பெங் களூர் வேண்டும். காரணம் திறமை உள்ளவர்களுக்குத் தென் னிந்தியாவிலேயே மிக அதிகம் ஊதியம் கொடுப்பது இந்த ஊர்தான். சேலத்து மல்லிகையும் ஈரோடு சமுக்காளமும் இந்த ஊரில்தான் அதிக விலை போகிறது.

கெம்பகௌடா என்கிற பெயர் அதிகம் அடிபடும்... கெம்ப கௌடா சர்க்கிள், கெம்பகௌடா ரோடு என்று. விஜயநகர சாம்ராஜ்யத்தின்போது குறுநில மன்னனாக இருந்தவன். 1537ல் பழைய பெங்களூரைக் கட்டினான். கோட்டை கட்ட, ராவோடு ராவாக இடிந்து விழுந்ததாம். அதற்கு ஒரு ஜோஸியன், ‘கர்ப்பப் பெண்ணைப் பலி கொடுங்க; அப்போதுதான் இடிந்து விழாது’ என்றதற்கு கெம்பகௌடா மறுத்து விட்டானாம். அந்தக் காலத்திலேயே ஜோஸியத்தை நம்பாதவர்கள் இருந்திருக் கிறார்கள். ஆனால், அரசன் மறுத்தும், அவன் மருமகள் பைத்தியக்காரப் பெண் கௌடாவிடம் சொல்லாமல் தற்கொலை பண்ணிக் கொண்டு விட்டதாக ஒரு கதை இருக்கிறது. கெம்ப கௌடாவின் சிலையும் இருக்கிறது. அந்தப் பெண்ணின் சிலை இல்லை.

பெங்களூருக்குப் பெயர் வந்ததற்குப் பல காரணங்கள் சொல் கிறார்கள். பெந்தகாளூர் - வெந்த தானியம் - பருப்பு ஊர் என்று சொல்வார்கள். வேட்டைக்குப் போன மன்னனுக்குக் காட்டில் ஒரு பாட்டி பசிக்குக் கைப்பிடியளவு வேக வைத்த தானியம் கொடுக்க, அதை உண்டு பசியாறிய சந்தோஷத்தில் ராஜா அந்த இடத்துக்கு பெந்தகாளூர் என்று பேர் வைத்து விட்டானாம். சில வருஷங்கள் முன், என் நண்பர் ரவிச்சந்திரன் பெண்களூர் என்று அதைச் சொல்லப் போய் உமன்ஸ்லிப் இயக்கத்தின் கடுங் கோபத்துக்கு உட்பட்டார்.

ஆனால், அழகான பெண்கள் ஷாம்பு விளம்பரக் கூந்தலை அலைய விட்டுக் கொண்டு, எம்.ஜி. ரோடில் வாசனையாக நடந்து செல்வதைப் ப்ளாட்ஃபாரம் தடுப்புகளில் அபத்திரமாக உட்கார்ந்து கொண்டு தரிசிப்பது இளைஞர்களின் முக்கியமான பொழுதுபோக்கு.

பெந்தகாளூர் கற்பனையோ நிஜமோ! பெங்களூர்க்காரர்கள் வெந்த கடலை நிறைய சாப்பிடுவார்கள் என்பது நிஜம். வண்டி வண்டியாகக் கடலை ஆவி பறக்க வின்டரில் சாப்பிடலாம். பப்பாளிப் பழமும், நிறைய கண்ணாடிப் பெட்டிக்குள் ரத்தக் கீறலாக தர்பூஸும் கிடைக்கும். உறிகாளு என்று ஒரு சமாச்சாரம் இருக்கிறது. கொள்ளு, கடலை போன்ற நானாவித பருப்புகள் போட்டு, காரமாக தேவாம்ருதமாக இருக்கும். வாங்கும்போது எச்சரிக்கையாக இருக்க வேண்டும்.

மண்ணுருண்டை கிடைக்கும். ப்ராமின் பேக்கரிகளில் வாங்குவது உசிதம். அய்யங்கார் பேக்கரிகளில் காரம் போட்டு ஒரு பன்; மற்றொரு தேவாம்ருதம். ராத்திரி வேளையில் பாதாம் பால் என்று ஒரு சமாச்சாரம் கொடுப்பார்கள். அதில் பாதாமும் இருக்காது; பாலும் இருக்காது. ஒழக்கு சைஸ் தம்ளர்களில் ஜனங்கள் ரசித்துக் குடித்துக் கொண்டிருப்பார்கள். ‘டிபன் ரூம்’ என்கிற சர்வரில்லா ஒட்டல்கள் பெங்களூரில் மிகப் பிரபலம். பசவன் குடியில் ஒரு டிபன் ரூமில் இட்லி சாப்பிட்டால் கண்களில் ஆனந்தக் கண்ணீர் உத்தரவாதம்.

எம்.டி.ஆர். கேள்விப்பட்டிருப்பீர்கள். இந்த எம்.டி.ஆர். ஸ்பெஷலாக ஒரு சாப்பாடு போடுவார்கள் ரொம்பத் தெரிந்தவர் களுக்கு. அந்த மாதிரி அயிட்டங்கள் இந்தியாவிலேயே இந்த ஒரு இடம்தான். சாப்பாட்டுக்கு ஸ்தலம் பெங்களூர்; ராத்திரி

பன்னிரண்டு மணிக்கு மெஜஸ்டிக் சர்க்கிள் பகுதியில் மிளகாய் பஜ்ஜி சாப்பிடலாம். கொஞ்சம் காதோரம் பல்பு போட்டாற் போல் எரியும். அல்லது இட்லி அகால ஆம்லெட் சாப்பிடலாம் (சந்துகள் ஜாக்கிரதை). ஐந்து ரூபாய்க்குள் பசியாறி விடலாம். மாறாக வின்ஸர்மேனர் அல்லது தாஜ் போனால் காதோரம் வயலின் வாசித்து ஒரு சாப்பாடு முன்னூறு ரூபாய் சார்ஜ் பண்ணுவார்கள்.

கெம்பகௌடாவின் வாழ்வு விஜயநகர சாம்ராஜ்யத்துடன் முடிந்தது. தலைக்கோட்டை யுத்தத்தில் பாமினி சுல்தான்களால் வீழ்த்தப்பட்டு பெங்களூர், பீஜப்பூர் சுல்தான்களிடம் வேலை பார்த்த மராட்டியர்களின் கைகளுக்கு மாறியது. ஷாஜி போன்ஸ்லே பெங்களூரைக் கைப்பற்றியதுடன் தஞ்சாவூர் வரை சென்று விட்டார். ஷாஜியின் முதல் மனைவி ஜீஜாபாயின் மகன் சிவாஜி கொஞ்ச நாள் பெங்களூரில் வசித்திருந்ததாகத் தெரிகிறது.

பெங்களூரில் இன்றைய மராட்டியர்கள் வீட்டில் மராட்டியும், வெளியே கன்னடமும் பேசுகிறார்கள். சிவாஜி பெங்களூரில் இருந்தாரோ இல்லையோ சிவாஜி ராவ் (பிற்காலத்தில் ரஜினி காந்த்) இருந்திருக்கிறார்.

மராட்டியர்களிடமிருந்து தான் பெங்களூரை மைசூர் மகாராஜா மேற்குறிப்பிட்ட மூன்று லட்சத்துக்கு வாங்கினார். 1704ல் மைசூர் மகாராஜா இங்கே பிரசித்தமான வெங்கடேசுவரா கோயிலைக் கட்டினார். கோயில்களுக்குப் பஞ்சமில்லாத ஊர் இது. கட்டும் போது பெரிசாகக் கட்டுவார்கள். பெரிய ராமர் இப்படி. மகா லட்சுமி லே-அவுட் அனுமார்தான் மிகப் பெரியவர். அவருக்குச் சூடம் காட்டி அர்ச்சனை பண்ணி மாலை போடவும் ஸ்பெஷலாக காண்ட்ரி இருக்கிறது.

மைசூர் மகாராஜா வாங்கின அம்பது வருஷத்தில் கோலாரிலிருந்து வந்த முஸ்லீம் வீரர் ஹைதர் அலியின் வசம் வந்தது பெங்களூர். ஹைதர், திப்பு சுல்தான் பிரிட்டிஷார்கள் போராட்டம் தெரிந்ததே; திப்பு சுல்தானின் வீழ்ச்சிக்குப் பிறகு பெங்களூர் பிரிட்டிஷாரின் மேற்பார்வையில் மைசூர் மகாராஜா வசம் மீண்டும் வந்தது. இவ்வாறு இந்து, முஸ்லிம், பிரிட்டிஷ் என்று பலவகை ஆதிக்கங்களில் இன்றைய பெங்களூரில் அதனதன் முத்திரைகள் இருக்கின்றன.

பெங்களூரில் பேசப்படும் கன்னடத்தில் நியத், கிடுக்கி, கர்ச்சு என்ற உருது வார்த்தைகள் இருக்கும். வெங்கடேசுவரர் கோயில் பக்கத்தில் திப்பு சுல்தான் அரண்மனை. இந்த நகரத்தில் இத்தனை வருஷம் இருந்ததில் அதனிடம் ஒரு பிடிமானம் ஏற்பட்டு விட்டது. பிள்ளையார் சதுர்த்தி வந்தால் நகரமே ஆர்க்கெஸ்ட்ரா வைத்துப் பாடும் இரைச்சல் பழகி விட்டது. ராஜ்யோத்ஸவத்தின் போது தெருவுக்குத் தெரு யக்ஷ கானங்களைப் பார்க்கலாம்; நல்ல நாடகங்களைப் பார்க்கலாம்; கர்நாடக சங்கீதத்தில் டிசம்பர் கச்சேரிக்கு ஈடான சுறுசுறுப்பை ஏப்ரலில் பார்க்கலாம். கர்நாடக மாநிலத்தின் மக்கள் தொகையில் பத்து சதவீதம் இந்த நகரத்தில் வசிக்கிறார்கள்.

வீரப்ப மொய்லி பெங்களூரை மற்றொரு சிங்கப்பூராக மாற்றப் போவதாகப் ப்ளான் வைத்திருக்கிறார். அந்த மாற்றத்தில் தவிர்க்க இயலாத சில இழப்புகள் இருக்கலாம். அவைகளில் முக்கியமானது காலைக் குளிர் தொட்ட மரங்கள்; பதற்றப்படாத, அதிகம் அலட்டிக் கொள்ளாத பெங்களூரிஸம்.

# 13

## திருமழிசையாழ்வாரின் பாசுரங்கள்

(விமர்சனம்)

திருமழிசை ஆழ்வாரின் பாசுரங்களை எம்.ஃபில் பட்டத்துக்கு ஆராய்ச்சி செய்ததைப் புத்தக வடிவில் கொண்டு வந்திருக்கிறார் செல்வி. மு.ப. சியாமளா. வழிவழியாக வரும் வைணவக் குடும்பத்தைச் சேர்ந்த செல்வி சியாமளா, தற்போது திருமங்கை ஆழ்வார் பாசுரங்களின் மேல் பி.எச்டி. ஆராய்ச்சிக்குப் பதிவு செய்திருக்கிறார் என்பது பின்னட்டைக் குறிப்பில் இருந்து தெரிகிறது.

வைணவ மரபு பற்றிப் பல கருத்தரங்குகளில் சொற்பொழிவு செய்து வரும் செல்வி சியாமளாவின் பாட்டனார், ஸ்ரீ வி. துரைசாமி நாயக்கர் வைணவத்தில் மிகுந்த ஈடுபாடு கொண்டவர். அதன் பொருட்டு ஒரு வம்ச பழக்கமாக ஏற்பட்ட ஆர்வம் செல்வி சியாமளாவின் வைணவக் காதல்.

தற்போது வைணவ மரபை அதிகமாக வளர்ப்பவர்கள் ஐயங்கார்கள் இல்லை. அவர்கள் அமெரிக்கா போய் தம் அடையாளங்களைத் துறப்பதில்தான் அதிக கவனமாக இருக்கிறார்கள். தம் மரபின் தமிழையும் அதன் கருத்துக்களில் உள்ள எளிமையையும் மிக ஆழமான பக்தியையும் அவர்கள் தெரிந்து கொள்ள ஆர்வம் காட்டுவது இல்லை. சில சமயம் அதற்காக அவமானப்படுகிறார்கள். சிக்கன் கடிப்பதிலும் சிகரெட் குடிப்பதிலும் பெருமைப்பட்டுக் கொள்கிறார்கள். இந்தச் சூழ்நிலையில் வைணவ மரபின் உண்மையான வடிவை அறிந்து அதைத் தாங்கும் தூண்களாகக் கோவையின் சில செல்வந்த நாயுடு இனத்தவரும் செல்வி சியாமளா போன்ற நாயக்கர் இனத்தவரும்

சுப்பு ரெட்டியார் போன்ற ரெட்டியார் இனத்தவரும்தான் இருக்கிறார்கள். காஞ்சியிலும் ஸ்ரீரங்கத்திலும் ஒரு சில உண்மை வைஷ்ணவ ஐயங்கார்கள் உள்ளனர்.

உண்மையான வைணவம் பட்டை நாமங்களுக்கும் புளியோதரை களுக்கும் பாசாங்குகளுக்கும் அப்பாற்பட்டது. ஆழ்வார்களின் பிரபந்தங்களில் சொல்லப்படும் கடவுள் கருத்துகள் சாதிகளுக்கும் வேற்றுமைகளுக்கும் விடை கொடுத்து ஆழ்ந்த தீவிரமான தத்துவக் கவலைகள் கொண்டவை.

'நான் உன்னையன்றி இலேன்
கண்டேன் நாரணனே
நீ என்னையன்றி இலை.'

என்று சொல்லும்போது கடவுளும் பக்தனும் ஒருவருக்கொருவர் சார்ந்தவர்கள் போன்ற அழுத்தமான கருத்துகள் ஆழ்வார் பாசுரங்களில் வெளிப்படும். 'தேருங்கால் தேவன் ஒருவனே' என்றுரைப்பார். ஆழ்வார் பாடல்களில் திருமழிசை ஆழ்வார் செய்தது நான்முகன் திருவந்தாதி, திருச்சந்த விருத்தம் என்ற இரண்டு பகுதிகள். மொத்தம் 216 பாடல்கள். திருமழிசை ஆழ்வாரைப் பற்றிய பல நம்பிக்கைகள் உண்டு. அவர் திருமாலின் வலது கையில் உள்ள சக்கரத்தின் அம்சம், துவாபர யுகத்தில் நாலாயிரத்து எழுநூறு ஆண்டு வாழ்ந்தவர் போன்ற கற்பனைகள் இவரைப் பற்றி உண்டு. உண்மையாக இவர் பாடல்களிலிருந்து வெளிப்படும் திருமழிசை ஆழ்வார், பல்வேறு சமயங்களை ஆராய்ந்து இறுதியில் வைணவ சமயத்தில் திருப்தி அடைந்து அவர் தேடிய பரம்பொருள் பற்றிய தெளிவு பெற்றவர் என்பது தெரிகிறது. கி.பி. ஏழாம் அல்லது ஆறாம் நூற்றாண்டில் வாழ்ந்த சாதாரண மானிடர் அவர்.

திருமழிசை இன்னும் சென்னைக்கருகே பூவிருந்தவல்லியிலிருந்து சுமார் 3 கி.மீ. மேற்கே இருக்கும் ஸ்தலம். அங்கே கோயிலும் இருக்கிறது. ஆழ்வாருக்கு விக்ரகமும் இருக்கிறது. ஆனால், அங்கே தமிழ் மக்களின் ஸ்டார் டி.வி.யும் அரசியல் கட்சியும் சுவரொட்டியும் தமிழ் சினிமாவின் அபத்த காஸெட்டுகளும் கொண்ட சூழ்நிலையில் வாழும் எத்தனை தமிழ் மக்களுக்கு.

'காரணன் நீ, கற்றவை நீ,
கற்பவை நீ, நற்கிரிசை நாரணன் நீ,
நன்கறிந்தேன் நான்.'

என்று கடவுளை முன்னிலையில் விளித்து உன்னை அறிந்து கொண்டேன் என்று பரவசப்பட்ட ஒருவரின் ஊர் அது என்று தெரியுமா?

‘குலங்களாய ஈரிரண்டில் ஒன்றிலும் பிறந்திலேன்
நலங்களாய நற்கலைகள் நாவிலும் நவின்றிலேன்
புலன் களைந்தும் வென்றிலேன்
பொறியிலேன் புனிதரின்
இலங்குபாத மன்றிமற்றோர் பற்றிலெனம்
ஈசனே!’

என்றும்

‘இன்று சாதல், நின்று சாதல்,
அன்றி யாரும் வையகத்து,
ஒன்றி நின்று வாழ்தல் இன்மை...’

கண்டு பக்தியில்தான் நிம்மதி என்றும் பாடியவர் திருமழிசையில் வாழ்ந்திருக்கிறார் என்பது தெரியுமா?

திருமழிசை பிரான் இயற்றிய வெண்பாக்களும் சந்தக்கலி விருத்தமும் அவருடைய தமிழ்ப் புலமையையும் எளிய கருத்து களையும் சரளமாகச் சொல்லும் திறமையும் காண்பிப்பதில் அவர் மற்ற ஆழ்வார்களுக்கு இணையானவர்.

சந்தக்கலி விருத்த வடிவத்தில் சிவவாக்கியரும் பாடியதால் திருமழிசை ஆழ்வாரும் சிவவாக்கியரும் ஒருவரே போன்ற கருத்துக்களுடன் ஒத்துப் போக இயலாவிட்டாலும் மிக விஸ்தார மாக ஆழ்வாரை வரலாற்று நோக்கிலும் சமுதாய நோக்கிலும் உளவியல் நோக்கிலும் ஆராய்ந்து அதற்காக நூற்றுக்கணக்கான நூல்களைப் படித்து எழுதப்பட்டிருக்கும் இந்தப் புத்தகத்திற்கே செல்வி சியாமளா அவர்களுக்கு பி.எச்டி கொடுத்து விடலாம்.

**புதிய பார்வை, செப்டம்பர், 1993**
**ஆசிரியர்: மு.ப. சியாமளா**
**வெளியீடு: வெங்கடம் பப்ளிகேஷன்ஸ்.**

# 14

## அன்று

(விமர்சனம்)

1917லிருந்து 1981 வரை தமிழில் எழுதப்பட்ட சிறுகதைகளில் முப்பத்தோரு சிறுகதைகளைத் தேர்ந்தெடுத்து இரண்டு முன்னுரை, இரண்டு சமர்ப்பணங்களுடன் (சுப்ரமண்ய ராஜு, பாலகுமாரன்) இரண்டு புத்தகங்களை வெளியிட்டிருக்கிறார் மாலன். சிறுகதைகளின் தேர்வில் கொஞ்சம் மாலன் தெரிந்தாலும் பின்னட்டை சொல்வதுபோல இவை இந்த நூற்றாண்டின் சமூகத்தைப் பிரதிபலிக்கின்றன என்பதில் சந்தேகமில்லை. ஒரு மாறுதலுக்கு இந்த விமர்சனத்தில் கதைகளை அவைகளின் உள்ளடக்கத்திலிருந்து ஆராய்வதற்குப் பதிலாக வடிவத்திலிருந்து ஆராய்ந்து பார்க்கலாம் என்று எனக்குத் தோன்றுகிறது. இந்தத் தொகுப்புகளில் உள்ள எல்லாச் சிறுகதைகளும் கொஞ்சம் யோசித்துப் பார்த்தால் நான்கு, ஐந்து வடிவங்களுடன் அடங்கி விடுகின்றன. கதை சொல்வது யார் என்று அலசிப் பார்க்கையில் இந்த வடிவங்கள் புலப்பட்டு விடுகின்றன.

1. எங்கும் இருக்கும், எல்லாம் அறிந்த மூன்றாவது மனிதர் சொல்லும் கதை.
2. ஒரே ஒரு கதாபாத்திரம் மூன்றாம் மனிதராகச் சொல்வது.
3. பின்னோக்கி எண்ணிப் பார்க்கும் சுய சரித்திரங்கள்.
4. தன்மை ஒருமையில் சொல்லப்படும் நிகழ்காலச் சம்பவங்கள்.
5. கதை சொல்பவர் யாரென்று தெரியாத குழப்பமான கதை.

ஆனால், எல்லாக் கதைகளிலும் ஓர் அனுபவம் அல்லது சம்பவம் ஒரு பார்வையாளனால் தேர்ந்தெடுக்கப்பட்டு அல்லது வடிக்கப்பட்டுச் சொல்லப்படுவதை உணரலாம். அந்த ஆள் கதையில் உள்ளவனா, இல்லை கதைக்கு வெளியே இருப்பவனா என்பதில்தான் வித்தியாசங்களைக் காணலாம். கதை சொல்லும் நோக்கை View Point என்று சொல்லலாம். இந்த நோக்கை வகைப்படுத்திப் பார்க்கலாம்.

கதை சொல்வது யார்? கதை சொல்பவர் தனக்குள்ளே பேசிக் கொள்ள அதை நாம் ஒட்டுக் கேட்கும்படியாகக் கதை எழுதப்பட்டிருக்கலாம். இதை உள் மனப் பேச்சு (Interior Monologue) என்று சொல்லலாம். நாடகத்தில் 'ஸாலிலொக்கி' என்பார்கள். அதுபோல எழுதுபவனின் எண்ணங்களை நாம் கதையில் கேட்கிறோம். இந்த எண்ணத் தொடர் கதை சொல் பவரின் தற்போதைய சூழலில் நிகழ்வதாக இருக்கலாம். இல்லை, சின்ன வயசில் நிகழ்ந்ததை நினைத்துப் பார்ப்பதாக இருக்கலாம். அப்படி நினைப்பது நிகழ்காலத்தில் நிகழ்ந்த ஒரு சம்பவத்தோடு தொடர்பு கொண்டதாக இருக்கலாம். இல்லை, நிகழ்காலத்தோடு சம்பந்தமே இல்லாது எப்போதோ நடந்து முடிந்த காரியமாகவும் இருக்கலாம். இந்தக் கதை வடிவம் கொஞ்சம் கஷ்டமானது.

இந்தத் தொகுப்பில் உள்ள மௌனியின் 'அழியாச்சுடர்' என்கிற கதையை இதற்கு ஓர் உதாரணமாகச் சொல்லலாம். கதை சொல்பவன் மற்றொருவனுடன் பேசுவதை ஒட்டுக் கேட்பது போல் அமைப்பதை ட்ரமாட்டிக் மானலாக் (Dramatic Monologue) என்பர். பெரும்பாலும் நம் சங்கப் பாடல்கள் இந்த வகையில் அமைந்தவை. இவ்வகை கதை இந்தத் தொகுப்பில் இல்லை. நாடகத்தில் ஒரு பாத்திரம் கேட்டுக் கொண்டிருக்க, மற்றொரு பாத்திரம் பேசிக் கொண்டிருப்பது போன்றது இது. அப்படிப் பேசும்போது கடந்த காலச் சம்பவங்களும் வருணிக்கப் படலாம்.

அடுத்து, முழுக்க முழுக்கக் கடிதங்கள் மூலம் ஒரு கதை சொல்லப்படலாம். ஒருவரே எழுதும் ஒரு நீண்ட கடிதமாகவும் இருக்கலாம். லா.ச. ராமாமிருதத்தின் 'பாற்கடல்' என்னும் கதை இந்த வகையைச் சேர்ந்தது. இருவர் அல்லது பலர் பல பேருக்கு எழுதும் கடிதங்களின் தொகுப்பாகவும் இருக்கலாம். இந்த முறையில் கதைகள் எழுதுவது சவால் நிறைந்தது. கடிதங்

களுக்குப் பதில் டயரி குறிப்புகளாகவும் கதை சொல்ல முடியும். பிரசித்தி பெற்ற ராபின்ஸன் க்ரூஸோவின் கதை டயரி வடிவத்தில் இருக்கிறது. இந்தத் தொகுப்பில் சி.என். அண்ணாதுரை எழுதிய 'தனபாலச் செட்டியார் கம்பெனி' என்கிற கதை பெரும்பாலும் வரவு செலவுக் கணக்குகளாகவே சொல்லப்படுகிறது. உத்தி ரீதியில் ஒரு புதுமை.

சம்பவங்கள் முடிந்தபின் என்ன நடந்தது என்று ஒரு ஆசாமி பொதுவாக மற்றவர்களுக்கு அல்லது உலகுக்குச் சொல்வது ஒரு வகை. இந்த வகையில்தான் பெரும்பாலான கதைகள் இந்தத் தொகுப்பில் உள்ளன. இந்தக் கதைகளின் சம்பவத்துக்கும் கதை சொல்லப்படும் நேரத்துக்கும் உள்ள கால இடைவெளிதான் கதைக்குக் கதை மாறுகிறது. நேற்று நடந்ததைச் சொல்லுகின்றன சில. போன வருஷம் அல்லது பத்து வருஷம் முன்னால் அல்லது சின்ன வயசில். இப்படி, இதில் குறிப்பிட வேண்டியது கதை சொல்பவரின் குணாதிசயங்கள் கதையைப் பாதிக்கிறது என்பதே. அவன் தேர்ந்தெடுக்கும் விஷயங்கள் மூலம் இதை இதைத்தான் காட்டுவேன், இதை இதைக் காட்ட மாட்டேன் என்று மறைமுகமாகச் சொல்கிறான்.

மேலும், கதையின் செய்தியை உங்களை இந்தத் தேர்ந்தெடுப்பின் மூலம் உணர வைக்கிறான். சாமர்த்தியமான கதைகளில் இதுதான் நிகழ்கிறது. இந்தக் கதைகள் தன்மை, ஒருமையில் இருக்கலாம். படர்க்கையிலும் இருக்கலாம். இவற்றின் முக்கியமான அடையாளம் இவை கதையில் இருப்பவனுக்கோ அல்லது தனக்குள்ளாகவோ சொல்லப்படுவதில்லை. உலகத்துப் பொது ஜனங்களுக்குச் சொல்லப்படும் கதை.

அடுத்து அன்னியப்பட்ட சுயசரிதை என்று ஒரு வகை சொல்லலாம். தனக்கு நிகழ்ந்த ஏதாவது ஒரு சம்பவத்தை அது நடந்து முடிந்தபின் அந்தச் சம்பவத்தில் இருந்து பாடங்களையோ, அறிவுரைகளையோ, உண்மைகளையோ கற்றுக்கொண்டு விட்டு, ஒரு கால நிலையில் இருந்து சொல்லப்படும் கதை இது. இவைகளில் இளமைக் கால நினைவுகள் மட்டும்தான் இடம் பெறும் என்பதில்லை. எனக்கு நேற்று நடந்த அனுபவத்தைக் கூட நான் எழுதலாம். ஆனால், கதையுடன் உணர்ச்சிபூர்வமான உறவு விட்டுப் போயிருக்கும் நிலையில் எழுதப்படுவது இந்த வகையின் சிறப்பு என்று சொல்லலாம். தி.ஜ. ரங்கநாதனின் 'திருடனின் லஞ்சம்' என்கிற கதை இதற்கு உதாரணம்.

அடுத்த வகை, பார்வையாளன் கதை. இதில் கதை சொல்பவன் கதையின் சம்பவங்களுடன் ஒட்டாமல் ஒரு பார்வையாளனாகவே இருப்பான். கதையின் முக்கிய கதாபாத்திரம் கதை சொல்பவனல்ல. ஆனால், அந்த முக்கிய பாத்திரத்துடன் ஏதாவது ஒரு ஒத்த சிந்தனை அல்லது அனுதாபம் இவனிடம் இருக்கும். மற்றபடி கதைச் சம்பவங்கள் நடந்தபோது, அவன் வேடிக்கை பார்த்திருக்கலாம். அல்லது யாராவது சொல்லக் கேட்டிருக்கலாம். பொதுவாக இந்தக் கதை எப்படி எனக்குத் தெரிய வந்தது என்று ஒரு விளக்கம் இந்தக் கதைகளின் ஆரம்பத்தில் இருக்கும். சில வேளைகளில் கதையின் நீதியும் கதை சொல்பவனால் காட்டப்படும். கல்கியின் 'கேதாரியின் தாயார்' இதற்கு உதாரணம்.

மற்றொரு வகையில் கதை சொல்பவர் யார் என்பது தெளிவாகத் தெரியாது. ஆனால், கதையிலுள்ள ஒரு பாத்திரத்தின் கோணத்திலிருந்தே சொல்லப்படும், கதாசிரியன் தான் யார் என்று அடையாளம் காட்டிக் கொள்ளாவிட்டாலும் கதையின் விஷயம், சம்பவங்களின் தேர்ந்தெடுப்பு, அதைச் சொல்லிக் காட்டும் விதம் எல்லாம் கதாசிரியனுடையதே. இதற்கு ஒரு நல்ல உதாரணம் எஸ்.வி.வி.யின் 'டிப்டி கலெக்டர்.'

இதே முறையைச் சற்று விஸ்தரித்த நிலையில் கதை இரண்டு பாத்திரங்களின் கோணத்திலிருந்து சொல்லப்படலாம். ஆனால், இரண்டு பாத்திரங்களின் எண்ணங்களையும் சொல்வது கதாசிரியன்தான். புதுமைப்பித்தனின் 'கடவுளும் கந்தமசாமிப் பிள்ளையும்', மாலனின் 'வித்வான்' உதாரணங்கள். இரு பாத்திரங்களில் ஒருவர் கடவுளாகவும் இருக்கலாம் அல்லது ஒரு ரோபாட் பெட்டியாகவும் இருக்கலாம்.

இதே போல, கதையின் பல்வேறு பாத்திரங்களின் கோணத்தில் இருந்து கதை சொல்லப்படலாம். இந்த முறை பொதுவாகச் சிறுகதைக்கு அதிகம் பயன்படுவதில்லை. ஆனால், பெரும்பாலான நாவல்கள் இந்த முறையில் எழுதப்படுகின்றன. இது நாவலுக்குச் சௌகரியமான முறை. பல்வேறு பாத்திரங்களின் உள்மன, வெளிமனச் செயல்பாடுகளை ஆசிரியன் விளக்குவது இந்த முறையில்.

இதையே இன்னமும் பொதுப்படுத்தி, கதை சொல்கிறவர் கதாபாத்திரங்களின் உள் மனதில் நுழையாமல் பொதுவாக ஒரு

பார்வையாளனின் கோணத்திலிருந்தே அத்தனை கதையையும் சொல்வதும் ஓர் உத்தி. ராமாயண, மகாபாரதக் கதைகளும், நாட்டுப்புற கதைகளும், கதைப் பாடல்களும் இந்த வகையைச் சார்ந்தவை. இந்தத் தொகுப்பில் உள்ள ஆரம்பகாலச் சிறுகதை களான வ.வே.சு. ஐயரின் 'மங்கையர்க்கரசியின் காதல்', அ. மாதவையாவின் 'ஏணியேற்ற நிலையம்' போன்றவை இவ் வகை. மேலே குறிப்பிட்ட முறைகளின்படி இந்தத் தொகுதியின் அத்தனை கதைகளையும் அலசிப் பார்த்தால் ஏதாவது ஒரு வகைக்குள் அடங்கி விடுகின்றன.

இந்தக் கதைகளையெல்லாம் நோக்கும்போது கீழ்வரும் பொதுத் தன்மைகளை உணர முடிகிறது. கதைகள் அனைத்தும் ஏதாவது ஓர் இடத்தில் நிகழ்கின்றன. அவை அந்தரத்தில் தொங்குவ தில்லை. இடப் பெயர்கள், சில வேளை சொல்லப்படுகின்றன. சில வேளை சொல்லப்படுவதில்லை. ஆனால், இடம் கட்டாய மாக இருக்கிறது. உரையாடலில் கொச்சையும் சுற்றுப்புற வர்ணனைகளும் கதையில் ஒரு யதார்த்தச் சூழ்நிலையை அமைப்பதற்காக என்று பயன்படுத்தப்பட்டிருக்கின்றன. ஆனால், அந்த யதார்த்தமே கதையாவதில்லை. ஒவ்வொரு கதையிலும் ஒரு செய்தி இருக்கிறது. அது நேரடியாகச் சொல்லப் பட்டாலும் மறைமுகமாகத்தான் இருக்கிறது. அந்தச் செய்தியில் பெரும்பாலும் நீதி பாடம் ஏதும் இல்லை. The human condition என்பார்களே, மனித வாழ்வின் ஒரு நிலையை உணர வைப்பதே அவைகளின் செய்தியாக இருக்கின்றன.

கதைக்கு அப்பாலும் கதை இருந்து, முடிந்த பின்னும் கொஞ்சம் சிந்திக்க வைக்கின்றன. கதையின் சுக துக்கங்களுடன் சற்று நேரமேனும் நாமும் பங்கு கொள்கிறோம்.

மாலன் தொகுத்திருக்கும் கதைகள் ஒரு ஸாம்பிள். எந்தத் தொகுப்பிலுமே நல்ல கதைகள் விட்டுப் போய் விடுவது சகஜமே. மேலும் எனக்கு நல்ல கதை, மாலனுக்கு நல்ல கதையாக இருக்க வேண்டும் என்று கட்டாயமில்லை. மாலன் மூன்றாம் தொகுதியாக 1981க்கு அப்புறம் வந்த கதைகள் கொண்டு வரும்போது கீழ்க்காணும் கதைகளைச் சேர்க்கலாமா? பார்க்க வேண்டுகிறேன்: நாயனம் - ஆ. மாதவன், நிலை - வண்ணதாசன், அம்மா ஒரு கொலை செய்தாள் - அம்பை, பல்லக்கு - ஜெய மோகன், கடிதம் - திலீப் குமார், நாடாக்காரர்கள் - ராமச்சந்திர

வைத்யதாத், ஆதம்பூர்க்காரர்கள் - இரா. முருகன். இவ்வாறு பட்டியல் நீண்டு கொண்டே போவது தமிழ்ச் சிறுகதையின் நல்ல எதிர்காலத்தைக் காட்டுகிறது. மாலன் விஞ்ஞானக் கதைகள் இரண்டைத் தொகுப்பில் சேர்த்ததற்காக அவருக்குப் பரிசாகத் தனித் தபாலில் ஒரு லட்ச ரூபாய்க்கு உரிய ஒரு லாட்டரி டிக்கெட் அனுப்பியுள்ளேன்.

*தினமணிச் சுடர், ஏப்ரல் 1993*
*அன்று (சிறுகதைத் தொகுப்பு)*
*இரண்டு தொகுதிகள்*
*தேர்வும் தொகுப்பும்: மாலன்*
*வெளியீடு: ஓரியண்ட் லாங்மன் லிமிடெட்*

# 15

## கடவுள்களின் பள்ளத்தாக்கு!

'திவ்ய தேச க்ஷேத்ர தீர்த்த யாத்திரை செய்ய, குதூகலமுள்ள பக்தர்களுக்கு அவை சம்பந்தமான சகல விவரங்களையும் தெரிவிப்பதற்கான பத்ரி யாத்திரை விளக்கு.'

மேற்கண்ட தலைப்பின் கீழ் 'பிரதிவாதி பயங்கரம்' அண்ணங் காச்சாரியார் நாற்பது வருஷங்களுக்கு முன் ஒரு சுவாரஸ்யமான புத்தகம் எழுதியிருக்கிறார். அவர் போனபோது யாத்திரையில் உள்ள கஷ்ட சுகங்களையும் தபால் ஆபீஸ் விவரங்கள் உள்ளிட்ட காட்சிகளையும் சம்ஸ்க்ருதமும் தமிழும் மயங்கிக் கலந்து ஒரு வசீகர வசன நடையில் விவரித்திருக்கிறார்.

எண்பது வருஷங்களுக்கு முன் என் முன்னோர்களில் ஒருவரான சிங்கமய்யங்கார் பத்ரிக்குப் போய் அந்தப் பயணத்தை 'ஜப்பானுக்கு ரூபாய் 90... மூட்டைக்காரனுக்கு 19.4.0' என்ற கணக்கு விவரங்களுடன், 'போகும்போது மலை ஏத்தம் சொல்ல முடியாது. ரொம்ப ஆபத்தான குழி... வெகு கஷ்டமான பாதை' என்று வர்ணனைகளுடன் சிறிய புத்தகமாகப் பிரசுரித்திருக் கிறார்.

என் அண்ணன் டாக்டர் கிருஷ்ணமாச்சாரி, தம்பி ராஜகோபாலன் எல்லாரும் போய் வந்து விட்டார்கள். எல்.டி.ஸி. என்னும் கம்பெனியின் பயணச் சலுகை எனக்கு இந்த வருஷம்தான் கடைசி.

எட்டாம் நூற்றாண்டைச் சேர்ந்த திருமங்கையாழ்வார் தன் பாசுரத்தில்:

'முதுகு பற்றிக் கைத்தலத்தால்
 முன்னொரு கோல் ஊன்றி
விதிர் விதிர்த்துக் கண் சுழன்று
 மேற்கிளை கொண்டிருமி,
'இதுவென் அப்பர் முத்தவா'றென்று
 இளையவர் ஏசா முன்
மது உண் வண்டு பண்கள் பாடும் வதரி
 வணங்குதுமே.'

என்று முதுகில் ஒரு கை வைத்து, குச்சி ஊன்றி இருமிக் கொண்டு மேல் மூச்சு வாங்கிக் கொண்டு - சின்னப் பையன்கள் 'தாத்தா போறார் பாரு' என்று கேலி பண்ணுவதற்கு முன்னமே பத்ரி போய் சேவித்து விடுவோம் என்று வற்புறுத்தியுள்ளார். எனவே மேற்சொன்ன காரணங்களால் பத்ரி நாராயணனை வணங்க, பயணப்படத் தீர்மானித்து விட்டேன்.

முதலில் ஆக்ஸ்போர்டு அட்லஸ் ஒன்று வாங்கிப் பார்த்தால், பத்ரி உத்தரப் பிரதேசத்தில் இந்தியாவின் உச்சந்தலையில் திபெத், சைனா எல்லைகளின் அருகில் இருக்கிறது. இருந்தும் அதற்குப் போகிற வழிகள், பயண ஏற்பாடுகள் எல்லாம் மிகச் சுலபம். காசு வேண்டும் அவ்வளவுதான். டெல்லிக்குப் போய் பணத்தைக் கொடுக்க ஒப்புக் கொண்டவுடன் பணிக்கர் ட்ராவல்ஸ் பதினைந்தாவது நிமிஷத்தில் காரை டெல்லி ஏஷியாட் கெஸ்ட் அவுஸுக்கு அனுப்பி விட்டார்கள். பஸ்ஸிலும் போகலாம்.

நான் இருபது வருஷங்களுக்கு முன் பத்து வருஷ காலம் டெல்லியில் இருந்தபோது கற்றுக் கொண்ட இந்தியைச் சற்றே தூசு தட்டி, டிரைவர் பேர் கேட்டேன். 'நாராயண் சிங்' என்றான் அந்த இளைஞன்.

'ஆகா! பேரே என்ன சகுனமாக இருக்கிறது. பகவான் நாராயணனே நமக்குச் சாரதி ரூபத்தில் வந்து விட்டான். இனிமேல் நமக்கு என்ன பயம்?' என்று நிம்மதியாக காரில் ஏறிக் கொண்டோம் (நான், மனைவி, மாமனார், மாமியார்), நம்பிக்கை தப்பு!

நாராயண் சிங் எடுத்த எடுப்பிலேயே ரூர்க்கி போகும் ரஸ்தாவில் நூறு கிலோ மீட்டரைத் தொட்டான். மலைப் பாதைகளில் சரேல் சரேல் என்று தெலுங்குப் படத்தின் க்ளைமாக்ஸ் காட்சி போல் ஓட்டினான்.

'நாராயண் சிங்... ஜரா தீரே ஸே ஜானா கோயி ஜல்தி நஹி....'

'அச்சா ஸாப்' என்று வேகத்தை 99க்குக் குறைத்தான். எதிரே பாதை பாம்புத்தனமாக நெளிய, நாராயண் வாயால் பால் பாயிண்டைக் கவ்விக் கொண்டு இரண்டு கைகளையும் பயன் படுத்தி அடிக்கடி கார் காஸெட்டை மாற்ற இமாசலி பாஷையில் நாட்டுப் பாடல்களைக் கேட்டதும் இன்னும் உற்சாகமாகி, மாண்டிகார்லோ போல கொண்டை ஊசிகளைச் சாப்பிட்டான்.

அனைவருக்கும் வயிற்றில் பயம் பிரவாகிக்க 'நாராயண் சிங்... தேக்கோ! பத்ரி போனால் மோட்சம் கிடைக்கும் என்றாலும், இத்தனை சீக்கிரத்தில் போக விரும்பவில்லை' என்று அவனிடம் சொல்ல விழைந்து... நான் பேசிய இந்தி போதாததால் (குளிர்)... சும்மா நகங்களை ருசித்துக் கொண்டு முழங்கால்களை ஒட்ட வைத்துக் கொண்டு, பகவான் நாராயணன் மேலும், அம்பா ஸிடரின் சஸ்பென்ஷன் மேலும் நம்பிக்கை வைத்துச் சென்றோம்.

நாங்கள் போன பகுதி உத்தரப் பிரதேசத்தின் கடுவால் ஜில்லா வின் மலைப் பிரதேசம். இமாலய மலையின் பர்வதங்களின் பக்கவாட்டில் கீறி, கோடு போட்டாற் போல பார்டர் ரோடு இலாகா சாமர்த்தியமாக அமைத்த பாதை. ஒரு மலையில் ஏறி இறங்கி ஒரு பெய்லி பாலத்தைக் கடந்து அடுத்த மலையில் ஏறி மறுபடி இறங்கிச் செல்லும்போது கூடவே அலக்நந்தா நதி பிடிவாதமாகத் தொடர்கிறது.

சில வேளை சிமெண்ட் பச்சையில், சில வேளை வெண்மையாக, சில வேளை அகலமாக அருகிலேயே, சில வேளை நரை முடி போல் மெல்லிசாகத் தெரியும் ஆழத்தில்! அநேக உற்சாகத்துடன் கற்களை உருட்டிக் கொண்டு இங்கேயும் அங்கேயும் நீரருவிகள் சுதந்திரம் எடுத்துக் கொண்டு, சாலையின் குறுக்கே உற்சாகமாகச் செல்ல... எந்தச் சமயத்திலும் கல் குன்றோ மலைச் சரிவோ எதிர் லாரியோ வரக் கூடிய, உடல் பூரா அட்ரினலின் பிரவகிக்கும் பயணம். ஆழ்வார் சொன்னது சத்தியமே. இளைய வயதிலேயே செல்ல வேண்டிய பயணம். இந்த ரோடுகளைத் தினம் தினம்

இயற்கையோடு போராடித் திறந்து வைத்திருப்பதே பெரிய சாதனைதான்.

நாராயண்சிங் உற்சாமாக, அங்கங்கே இந்தப் பாதையில் விழுந்து நொறுங்கிய பஸ்களையும் அலக்நந்தாவில் அடித்துக் கொண்டு போன உடல்களையும் பற்றி விவரித்து, குளிர் போதாது என்று உபரியாக நடுங்க வைத்துக் கொண்டிருந்தான். புல்டோஸர் களும், டீசல் நாகரிகமும், STDயும், ஸாட்டிலைட்டும் உள்ள இந்தக் காலத்திலேயே இத்தனை கஷ்டப்படும்போது, ஆதி சங்கரர் இங்கே வந்து இந்தக் கோயிலை ஸ்தாபித்திருக்கிறார். திருமங்கையாழ்வார் - தேவப்ரயாகை, ஜோஷி மட், பத்ரி மூன்று இடங்களுக்கும் வந்து பாடியிருக்கிறார் என்பது ஆச்சரியமாக இருக்கிறது.

பத்ரிகாசிரமம் போகும் வழி உங்களுக்கெல்லாம் தெரியும். டெல்லி போய் அங்கிருந்த ஹரித்வார், ரிஷிகேசம், தேவப்ரயாக், கர்ணப்ரயாக், நந்தப்ரயாக், ருத்ரப்ரயாக், விஷ்ணு ப்ரயாக் (ப்ரயாக் என்றால் சங்கமம்?) என்று அங்கங்கே அலக்நந்தாவின் பாகீரதி, மந்தாகினி போன்ற நதிகள் வந்து கலக்கும். சுமார் அரை டஜன் ப்ரயாக்குகளைக் கடந்து ச்ரீநகர் (காஷ்மீரத்தது அல்ல). அதன்பின் பீப்பல்கோட்டி, ஜோஷிமட், பத்ரிகாசிரமம். 'கடவுள் களின் பள்ளத்தாக்கு' என்று சொல்லப்படும் சுந்தரச் சரிவு. வீழ்ச்சி. உயரம் 10,350 அடி. பாதை ஹரித்வாரிலிருந்து 333 கிலோ மீட்டர்.

பத்ரிக்குச் செல்ல விரும்புவோர்கள் முக்கியமாக எடுத்துச் செல்லுமாறு நான் சிபாரிசு செய்யும் பண்டங்கள் இவை: வீட்டில் உள்ள அத்தனைக் கம்பளிச் சமாசாரங்களும் கொண்டு செல்ல வும் (பயங்கரமாகக் குளிரும்). ஊறுகாய் (சப்பாத்தி சாப்பிட்டு நாக்கு செத்துப் போகும்). ஃப்ளாஸ்க் (வெந்நீர், டீ போன்ற சமாசாரங்களுக்கு). டார்ச் லைட் (உத்தரப் பிரதேசம் முழுவதும் வோல்டேஜ் குறைவு அல்லது பவர்கட்). உங்களிடம் இருக்கும் பழைய சட்டைகள் (ஏழைகளுக்குக் கொடுக்க - விவரம் பின்னால்). செம்பு (தலையில் மொண்டு குளிக்க. நதியில் இறங்க முடியாது. குளிரில் சுருங்கிப்போய் முற்றுப் புள்ளியாகி விடு வீர்கள்). முதல் உதவி, ரத்த காயம் முதலானவற்றுக்கு மருந்து மாயங்கள், ஆவோமின், ஆஸ்ப்ரின், லோமோடில், ப்ராக்ஸி வான், பாராஸிட்டமால் போன்ற சகல உபாதைகளுக்கும் மாத்திரைகள், டைகர் பாம், அமிர்தாஞ்சன் போன்ற மெழுகுகள், மூச்சு முட்டினால் மார்பைத் தேய்த்துவிட மனைவி.

பழைய துணிகளைப் பற்றிக் கொஞ்சம் விளக்குகிறேன். உத்தரப் பிரதேசத்தில் மிக ஏழைமையான பகுதி இந்தக் கடுவால் ஜில்லா என்று நினைக்கிறேன். பெண்கள் மூன்று நான்கு வயசிலிருந்தே கடுமையாக உழைக்கிறார்கள். ஆண்கள் இத்தனை குளிரிலும் காலில் செருப்பில்லாமல் பாத்திரம் கழுவுகிறார்கள். அதிகாலை யில் வெந்நீர் போட்டுத் தருகிறார்கள். எங்கே நின்றாலும் அங்கே மிக அழகான குழந்தைகளைப் பார்க்கலாம்... பிச்சை கேட்பதை! இந்தியாவிலேயே மிக அழகான குழந்தைகளாக இருந்தால் என்ன - பிச்சையெடுக்கக் கூடாது என்று ரூலா என்ன?

கடுவால் பிரதேசத்துக் குழந்தைகளின் கன்னங்களில் மட்டும் ஆப்பிள் தெரிய, நான்கு வயதுச் சிறுமியின் முதுகில் தூளி போட்ட அதன் தங்கையோ, தம்பியோ எட்டிப் பார்க்க... குழந்தைகள் இருவரும் கை நீட்டி, 'சேட் பைசா தே! மாஜி பைசா தே!' என்கிறார்கள். அம்மா, அப்பா என்ற வார்த்தைகளுக்கு முன்னமேயே 'பைசா தே' கற்றுக் கொடுக்கப்பட்ட, பைசா என்பதன் அர்த்தமோ பிச்சை என்பதன் கொடுமையோ தெரியாத அறியாமையிலேயே பிச்சையெடுக்கத் துவங்கி விட்ட கடவுள் துண்டங்கள்.

இத்தனை ஏழைமைக்குக் காரணமாக இந்திய தேசத்தின் மகத்தான தோல்வியான அரசியலைச் சொல்லவா? எதைச் சொல்வது? இத்தனை வருஷம் ஆகியும் ஆதார ஏழைமையை ஒழிக்கவில்லையே... எங்கே தப்பு? ஜனநாயகத்தைத் தூக்கி எறிந்து விடலாமா? எல்லாக் குழந்தைகளும் விதிவிலக்கின்றி கந்தலாக, மிகக் கந்தலாக உடுத்திக் கொண்டு பிச்சை எடுக்கும் காட்சி உள்ளத்தை உருக்குகிறது.

ஆகவேதான் பத்ரிக்குச் செல்லும்போது, நீங்கள் பீரோ பீரோ வாகக் குவித்து வைத்திருக்கும் பழைய துணிகளை எடுத்துச் சென்று அவர்களுக்குக் கொடுங்கள். பத்ரி நாராயணன் மிகவும் சந்தோஷப்படுவார். என் பங்குக்கு, போட்டிருந்த சட்டையை பீப்பல் கோட்டியில் வெந்நீர் கொடுத்த கடுவால் இளைஞ னுக்குக் கழற்றிக் கொடுத்தேன். புறநானூற்றுப் பரம்பரை அல்லவா!

பத்ரி என்றால் இலந்தை மரமாம். இலந்தை மரத்தின் கீழ் நர நாராயணன் ஆயிரமாயிரம் வருஷங்களாக மோனத் தவத்தில் இருந்ததாகவும் பிற்காலத்தில் நர நாராயணன்... அர்ஜுனன்

கிருஷ்ணனாக அவதரித்ததாகவும், அவர் தவமிருந்து ஏறக் குறைய கொன்று விட்ட ராட்சஸன் கர்ணமாகன் பிறந்ததாகவும் பல விதமான கதைகள் சொல்கிறார்கள்.

கொஞ்சம் சரித்திர உண்மைகள்... இந்தக் கோயில் எட்டாம் நூற்றாண்டிலிருந்து பௌத்த ஆதிக்கத்தில் இருந்தது. ஆதி சங்கரரால் வைணவத் தலமாக மாறப்பட்டு, இங்கே ஒரு பீடம் அமைத்தது (தாமம் என்று சொல்கிறார்கள்) உண்மைதான். இல்லாவிட்டால் கேரளத்து நம்பூதிரிகள் இங்கே பூஜை செய்வதை விளக்கவே முடியாது. திருமங்கை மன்னன் இருபது பாட்டுக்கள் பாடியிருக்கிறார். ஜோஷி மட்தான் இவர் பாடிய 'பிரிதி' என்கிறார்கள். பெரியாழ்வார் 'கண்டம் கடினகர்' என் அலக்நந்தா முடிந்து கங்கை ஆரம்பிக்கும் தேவ ப்ரயாகையைப் பாடியிருக்கிறார். பத்ரி, 1937 வரை நம்பூதிரிகளின் ராஜ்யமாக இருந்து பிரிட்டிஷாரால் உத்தரப் பிரதேசத்தின் வசம் ஒப் படைக்கப்பட்டது.

'ராவல்' என்று சொல்லப்படும் ச்ரீதன் நம்பூதிரி சொல்கிறார்: 'கோயிலுக்கு வருமானம் போதாது. ஆறுமாதம்தான் பக்தர்கள் வருகிறார்கள். குளிரில் பத்ரி நாராயணனுக்கு அருகே இருக்கும் நாரதரைத் தவிர, மற்ற எல்லோரும் மலையிலிருந்து இறங்கிப் போய் விடுகிறார்கள். நவம்பரிலிருந்து ஏப்ரல் வரை நாராயண னும், நாரதரும், ஒரே ஒரு நந்தா விளக்கும்தான். இன்னும் நாற்பது நாள் நான் பெங்களூர், திருவனந்தபுரம் போய்டறது..' என்றார்.

அழகான நம்பூதிரி இளைஞர். பாண்டிச்சேரியிலிருந்து ஒரு மானேஜ்மெண்ட் கன்ஸல்டண்ட், பத்ரிக்கு வந்து சேர்ந்த களைப் பிலும் உற்சாகத்திலும் அவர் காலில் விழுந்து கண்ணர் விட... விலகிப் பின்வாங்கும் கரிய கேச நம்பூதிரி. சிவப்புக் கம்பளம் போர்த்தி வெயிலுக்காகக் காத்திருக்கிறார். கோயில் மலையடி வாரத்தில் சிவப்பும் தங்கமுமாக இத்தனை பிரயாசைக்குப் பின் சற்றே ஏமாற்றம் தரும், சற்றே குருத்வாராவை நினைவுபடுத்தும் அமைப்புள்ள சிவன் கோயில்.

இருந்தும், விக்கிரகங்கள் குபேரன், கருடன், லக்ஷ்மி, நாரதர் வீற்றிருந்த திருக்கோலத்தில் இரண்டு திருக்கரங்களுடன் நாராயணன் வருஷம் பூராவும் வெந்நீர் சொரியும் தப்த குண்டம். அதில் உற்சாகமாகக் குளிக்கும் சர்தார்ஜிகள் (ஆம், அவர்களும்

வருகிறார்கள்). இருபத்தோரு தலைமுறை முன்னோர்களுக்கும் பிண்ட ப்ரதானம் செய்ய அலக்நந்தாவின் கரையில் கோட்டு போட்டுக் கொண்டு மந்திரம் சொல்லும் பண்டாக்கள். தெலுங்கும் கன்னடமும் பெங்காலியும் இந்தியும் பஞ்சாபியும் ஒலிக்கும் ஒரு மினி இந்தியாவின் பக்தர் கூட்டம். வழக்கம்போல இச்சிலி பிச்சிலி சாமான்கள் விற்கும் கடைகள். இட்லி தோசை 'கிக்கும்' தென்னிந்திய ஒட்டல்கள். என்ன... இட்லி கொஞ்சம் கல்லாக இருக்கும். தயிர் தோயாது. 'அங்கிள் சிப்ஸ்' கூடக் கிடைக்கிறது (ஜாக்கிரதை: பொட்டலம் வெடிக்கிறது).

பத்ரிகாசிரமத்தில் ஆக்ஸிஜன் குறைவினால் கொஞ்சம் மூச்சு வாங்குகிறது. 'க்ஷேத்திரத்தில் எல்லாருமே ப்ராணாயாணம் பண்றது' என்று நம்பூதிரி வேடிக்கையாகச் சொன்னார். இங்கே இருக்கும் எஸ்.டீ.டி. போட்டு எதிரொலியுடன் பேச முடிகிறது. தபால் ஆபீஸ் உள்ளது. அடிக்கு அடி சாமியார்கள், யோகிகள். இந்து மதத்தின் அத்தனை விசித்திரங்களும் பளிச்சிடும் பத்ரி.

எல்லையை அடைந்தவுடன் எனக்கு ஏற்பட்ட முதல் உணர்ச்சி, 'காப்பாற்றப்பட்டோம், தப்பித்தோம்' என்பதுதான். மானுடர்களாகிய நாம் எத்தனை சிறியவர்கள், அற்பமானவர்கள், எத்தனை அஜாக்ரதையானவர்கள் என்பதை இந்த மலைப் பாதையிலும் வானளாவிய பனித் தொப்பி போட்ட மலையுச்சிகளையும் நோக்கும்போது, இயற்கையின் மௌனமான கோபத்துடன் உணர முடிகிறது.

மற்றொரு கவலைக்கிடமான சமாசாரம் - இமயமலை அழிந்து கொண்டிருக்கிறது. காடுகளை அழித்து அங்கங்கே மலையைச் சொறிந்து சொறிந்து தேமல் தேமலாகப் பயங்கரமாகச் சுரண்டியிருக்கிறார்கள். 'ஸ்டெப் கல்ட்டிவேஷன்' என்று மலையைப் படிப்படியாக வெட்டி நெல் போட்டிருக்கிறார்கள். மரங்கள் என்பதே இன்றி பாளம் பாளமாக ஸ்லேட்டுப் பாறைகள். பனிப் போர்வை உருகினால் தடுக்க ஏதும் இன்றி கல்லும் மண்ணும் சரிகின்றன. தேஹ்ரி என்கிற இடத்தில் கட்டப்படும் அணை வேறு சுற்றுச் சூழலைப் பாதிக்கப் போகிறது என்று குமான் பல்கலைக்கழக ஆராய்ச்சியாளர்கள் சொல்லியிருக்கிறார்கள்.

ஏழைமையால் மலையை விற்றுச் சாப்பிட்டுக் கொண்டிருக்கிறார்கள். இதனால் ஏற்படும் மண் சரிவு, ஸில்ட்டிங், வெள்ளப் பெருக்கு, நதிக் கோபம் என்று எத்தனையோ இக்காலஜிகல்

விளைவுகள் இருக்கின்றன. டெல்லியில்தான் அதைப் பற்றி டி.வி.யில் ராத்திரி பத்து மணிக்கு மேல் இங்கிலீஷில் கிழவர்கள் விவாதிக்கிறார்கள். அதற்கு மேல் நடைமுறையில் ஏதும் செய்திருப்பதாகத் தெரியவில்லை. பத்ரிகாசிரமம், நர நாராயணன் என்று இரண்டு மலைகளுக்கு இடையில் இருக்கிறது. இரண்டு மலைகளும் ஒன்று சேர்ந்து கோயிலே மறைந்துபோய் விடும் சாத்தியம் இருக்கிறது என்று பேச்சு இருக்கிறது.

ஜியாலஜிஸ்ட்டுகள், இமய மலையை 'இளைய மலை' என்கிறார்கள். அல்பாயுசாகக் கொன்று விடுவார்களோ என்று அச்சமாக இருக்கிறது.

திரும்ப வரும்போது ஹரித்வாரத்தில் கங்கையை வழி மடக்கிக் குளிக்க வசதி பண்ணிக் கொடுத்திருக்கிறார்கள். முழங்கால் ஆழத்தில் கங்கை விரோதமின்றிச் செல்ல... ஐஸாக இருந்தாலும் குளித்துவிட்டு, ஓட்டலுக்குத் திரும்பிய போது நான் கண்ட காட்சி... இந்த விஜயத்துக்கு ஒரு பொழிப்புரையாக இருந்தது.

மரங்களில்லா மலையிலிருந்து
இறங்கி வந்துவிட்ட குரங்கு,
பிஸ்லேரி பாட்டிலைக் கடித்துக் கொண்டிருந்தது!

# 16

## காதல் என்பது...

இதுவரை கவிஞர்களும் கலைஞர்களும் காதலர்களும் கை யாண்டு வந்ததை விஞ்ஞானிகள் தீவிரமாக ஆராயத் தொடங்கி குட்டையைக் குழப்பியிருக்கிறார்கள். பெருமூச்சிலும், துடிப் பிலும், கண்ணீரிலும், மோசமான கவிதைகளிலும், சில வேளை உடுப்பி லாட்ஜில் கடிதம் எழுதி வைத்து விட்டுத் தற்கொலை யிலும் ஓடிக் கொண்டிருந்த காதல், தன் தெய்வீக, அமர காரணங்களைத் துறந்து வெறும் கெமிஸ்ட்ரி ஆகி விடும் போல இருக்கிறது. கடந்த பிப்ரவரி 'டைம்' இதழில் காதல் ரசா யனத்தைப் பற்றிய கட்டுரை சிந்திக்க வைக்கிறது.

'யாரினும் காதலம் என்றேனா ஊடினாள்
யாரினும் யாரினும் என்று'

யாரையும்விட நாம் ஜாஸ்தி காதல் என்றால் கோபத்துடன் யாரை விட யாரை விட என்று கேட்கும் 'புலவி நுணுக்கம்.'

'வழுத்தினாள் தும்மினே னாக அழித்தழுதாள்
யாருள்ளித் தும்மினீர் என்று.'

தும்மியபோது Bless You என்று வாழ்த்தி விட்டு 'ஆமாம்! நான் உன்னை நினைக்கலையே... யார் உன்னை நினைச்சுத் தும்மினீர்?' என்று அதீத அன்பைக் காண மிக சுவாரஸ்யமான குறட்பாக்கள் திருக்குறளின் மூன்றாவது பாலில் உள்ளன.

வள்ளுவர்தான் அதற்குக் காமத்துப் பால் என்ற பெயரிட்டாரா என்பது பற்றி ஆராய்ச்சி உண்டு. காமத்துப் பால் என்று பெயரிடப்பட்டது இன்றைய விஞ்ஞானப்படி பொருத்தமே!

எப்படிச் சொல்கிறேன்... நீங்கள் காதலித்திருக்கிறீர்களெனில் கீழ்கண்ட அடையாளங்கள் உங்களுக்கு ஏற்படும். காலுக்குக் கீழ் பஞ்சு, காதில் கொஞ்சம் சலங்கை சப்தம், மிதப்பது போல் உணர்வு, ஒட்டு மொத்தமாக உலகமே, ஏன் பிரபஞ்சமே உங்கள் காதலி/காதலனாக மாறி விட்டது போன்ற பிரமை. உலகத்தில் மற்ற எந்தப் பிரகிருதிக்கும் இந்த உணர்ச்சி ஏற்பட்டதில்லை... எனக்கு மட்டும் ஸ்பெஷல் இது என்கிற பிரமை.

காதல் என்பது ஆசை, இன்பம், அடிமை, விடுதலை, கொடுமை, கோலாகலம்... காதல் இல்லையேல் கவிஞர்களிலிருந்து ஐஸ்க்ரீம் விற்பவர்கள் வரை பிழைப்பிழந்து விடுவார்கள். சினிமாக்களில் கூட்டம் இராது. கிண்டல் ஜோக்குகளும் படுத்து விடும். காதல் உலகை இயக்குகிறது.

இதுவரை விஞ்ஞானிகள் காதல் பக்கம் தலை வைத்துக் கூடப் படுக்கவில்லை. காரணம் - காதல் என்பது குழப்பமான ஓர் உணர்வு. கோபம், பயம் போன்றவற்றை விஞ்ஞானக் கருவிகளைக் கொண்டு அளக்க முடியும். ஆனால், காதல்? ம்ஹூம், அதன் அடையாளங்கள் குழப்பமானவை. அஜீரணமாக இருக்கலாம்... பைத்தியமாகவும் இருக்கலாம்... காதலுக்கு என்று தனிப்பட்ட அடையாளங்களைத் தேடுவது மிகக் கஷ்டமாக இருந்தது.

கோபத்துக்கும் பயத்துக்கும் நேரடியான பரிணாம ரீதியான தேவை இருக்கிறது. கோபம், சண்டை போட. பயம், ஓடிப் போக. மனித இனம் நீடிக்க இவையிரண்டும் தேவை. காதல்? காதல் என்பது இல்லாமலேயே சேர்ந்து பிள்ளை பெற்றுக் கொள்ள முடிகிறது நம்மால். பெருமூச்சுகள், கைக்குட்டையில் செண்ட், கவிதைகள் ஏதும் இன்றியே பெற்றுத் தள்ள முடிகிறது. எனவே, காதல், இன நீட்டிப்புக்குத் தேவையற்றது என்று (பயாலஜிஸ்ட்) உயிரியலாளரும் (ஆன்த்ரோபாலஜிஸ்ட்) மானிட இயலாளர்களும் இதை நிராகரித்தார்கள்.

காதல் என்பது வெறும் மனத்தில் நிகழ்வது. நாகரிகம் பெற்றதும் மனிதன் பொழுது போகாமல் காவியங்களாகப் படைத்த நேர

விரயம்... காதலைப் பற்றி கவிஞர்களும் மாத நாவல்காரர்களுமே எழுதட்டும் என்று விட்டு வைத்திருந்தார்கள். ஆனால், சென்ற பத்தாண்டுகளில் மனம் மாறி விட்டார்கள். ஏகப்பட்ட ஆராய்ச்சி செய்யத் துவங்கி விட்டார்கள். இந்த மாறுதலுக்குக் காரணம் பல விதமாகச் சொல்கிறார்கள். எய்ட்ஸ்கூட காரணமாக இருக்கலாம். காதல் இல்லாத செக்ஸினால் பரவும் இந்த வியாதியின் தீவிரமும் அபாயமும் இரண்டு பேர் ஒன்று சேர்ந்து இணைந்து வருஷக்கணக்காக நேசிக்கும் இந்தக் காதல் என்னும் சக்தியின் முக்கியத்தை உணரச் செய்துள்ளன.

ஆரம்ப நாட்களிலிருந்தே காதலுக்கு வழிகாட்டிகள் இருந்து வந்திருக்கின்றன. சம்ஸ்கிருத இலக்கியங்களும் நம் பழைய தமிழ் இலக்கியங்களும் காதலின் மென்மையைப் பற்றிப் பேசுகின்றன.

இந்த இலக்கியங்களையெல்லாம் நோக்கும்போது காதலுக்கான திணை, துறைகள் பல உள்ளன. பல மென்மையான வழிமுறைகளையும் வழிகாட்டிகளையும் அறிய முடிகிறது. காதல் கைகூடவில்லை என்றால், பனை மடலில் குதிரை போல் செய்து, அதில் ஏறிக் கொண்டு காதலியின் முன் ஊர்வலம் போல் இழுத்துக் கொண்டு செல்லுதல் போன்ற விநோத வழக்கங்களும் தெரிகின்றன. காதலன் காதலியைத் தொடுவதற்கு முன் எத்தனையோ சன்னமான அணுகுமுறைகளையும் அந்த இலக்கியங்கள் சொல்கின்றன.

‘காதலித்துப் பார். காதலிக்கப்பட்டுப் பார்’ இந்த ஆணை உலகெங்கும் இப்போது ஒலிக்கிறது. கவிதை, சினிமா, நாவல்கள், பத்திரிகைகள், தொலைக்காட்சி அனைத்திலும் இந்த மந்திர வார்த்தைதான். விளம்பரங்களிலும் எத்தகைய காதல் என்று யோசித்துப் பாருங்கள். ஸிட்ரா சூப்பர் கூலர் குடித்தால் காதலி மோட்டார் சைக்கிளில் பின்னேறுவாள். லெஹர் பெப்ஸி சாப்பிட்டால் ஸஞ்சனா உங்களைத் தேடி வருவார். காதல் என்பது மஹா வியாபார கலாசாரத்தின் முக்கிய அங்கமாகி விட்டது. லாரன்ஸ் கீஸ்லர் என்னும் சைக்காலஜிஸ்ட், ‘காதல் என்பது மனித இயற்கை அல்ல. அது சமூகத் தேவைகளால் ஏற்படுவது’ என்கிறார்.

எது முதலில் வந்தது... காதலா? செக்ஸா? காதலுக்காக காமமா, காமத்துக்காகக் காதலா? இன விருத்திதான் முக்கியம் என்றால்

செக்ஸ் முக்கியம். ஆனால், வெறும் செக்ஸுக்குக் காதல் எதற்கு? வந்தார், பார்த்தார், படுத்தார், எழுந்தார் என்று போகாமல், இடையே எதற்கு ஏக்கப் பெருமூச்சுக்களும் இதயம் பதித்த கைக்குட்டைகளும்?

காதல் என்பது மேற்கத்திய கலாசாரத்தின் அம்சமா என்று மானிட இயலாளர்கள் சோதித்துப் பார்த்ததில், உலகத்தில் உள்ள 166 கலசாரங்களில் 147ல் காதல் உள்ளது. காதல் மனித இனத்தில் அனைவருக்கும் பொது என்று சொல்லலாம் போலிருக்கிறது. கல்யாணம் அதன் முன் நடக்கும் பற்பல தயாரிப்புகள் ஆகிய வற்றைக் கவனிக்கும்போது, அதில் உள்ள வேறுபாடுகள்தான் வியக்க வைக்கின்றன. பொதுவாக, காதல் என்பதே நம் ஜீன்களில் இருக்கின்றது என்று சிலர் சொல்கிறார்கள். ஆனால், எல்லோருக்கும் அப்படியா?

கவிஞர் சக்திக்கனல்,

‘திருமணங்கள் சொர்க்கத்தில்
நிச்சயிக்கப்படுகின்றனவாம்
என் கல்யாணம் மட்டும் ஏன்
செட்டிப்பாளையத்தில்
நிச்சயிக்கப்பட்டது?’

என்று கேட்கிறார். சிலருக்குக் காதல் வாய்ப்பதில்லை.

தெய்வீகக் காதல் மாதிரியான பிஸினஸை எல்லாம் விட்டு விட்டு விஞ்ஞானபூர்வமாக, அதற்கு இரக்கம் காட்டாமல் பார்க்கலாம். காதலர்கள் நடந்து கொள்வது மேம்போக்காகப் பித்துப் பிடித்தது போல் இருந்தாலும், அதை விஞ்ஞான முறையில் அலசும்போது அதற்கு ஒரு காரணமும் தேவையும் இருப்பதைக் கண்டிருக்கி றார்கள். மைக்கல் மில்ஸ் என்னும் சைக்காலஜிஸ்ட் ‘காதல் என்பது நம் முன்னோர்கள் நம் காதில் பேசும் ரகசியம்’ என்கிறார்.

40 லட்சம் வருஷங்களுக்கு முன் ஆப்பிரிக்கச் சமவெளிப் பகுதி யில் காதல் பிறந்தது என்கிறார்கள். அப்போதுதான் மூளை யிலிருந்து முதல் நியூரோ கெமிக்கல்கள் மனித ரத்தத்தில் பாய்ந்து காதலின் காரணத்தால் அசட்டுச் சிரிப்புக் கைகளில் வியர்வையும் ஏற்பட்டதாம். ஆணும் பெண்ணும் கண்ணும் கண்ணும் கலந்து, பார்த்து நிற்க, ‘ஏய் என்னடாது புதுசா?’ என்று பெற்றோர்களால்

அதட்டப்பட்டனர். மனிதன் இரண்டு கால்களில் நிற்கத் தொடங்க, காதலால் அவன் உடல் உறுப்புகளில் ஏற்பட்ட மாறு தல்கள் வெளிப்படையாக அனைவருக்கும் தெரியத் தொடங்க, தோளின் அகலம், கண்கள் இவையெல்லாம் ஒவ்வொரு வருக்கும் வேறுபடுவதை உணர்ந்தபோது காதல் பிறந்தது.

காதல் ஆணையும் பெண்ணையும் ஸ்திரமான உறவுக்கு இழுத் தது. இது குழந்தை வளர்ப்புக்குத் தேவைப்பட்டது. சம வெளிப் பகுதியில் மனிதன் இரை தேடும்போது, ஒருத்த னாகவோ ஒருத்தியாகவோ கையில் குழந்தையை வைத்துக் கொள்வது அபாயகரமானதாக இருந்தது. அதனால் குழந் தையைப் பார்த்துக் கொள்ளவாவது இருவரும் கொஞ்ச நாள் ஜோடியாக இருப்பது தேவைப்பட்டது. ஜோடியாக இருக்க அன்பு வேண்டும். ஒருவர் மேல் ஒருவர் விருப்பம் வேண்டும். காதல் வேண்டும்.

இதை 'நான்கு வருஷ அரிப்பு!' என்கிறார்கள். மேற்கத்திய நாகரிகத்தில் (கொஞ்சங் கொஞ்சமாக இந்தியாவிலும்) இந்த நான்கு வருஷத்துக்குப் பின்தான் இல்வாழ்வில் முதல் அலுப்பு கள் தோன்றுகின்றன. நாலாவது வருஷத்தில்தான் விவாகரத்துக் கள் அதிகரிக்கின்றன. ஆதலால், கல்யாணமாகி நாலு வரு ஷத்தை நெருங்குபவர்கள் பிள்ளை பெற்றுக் கொள்ளலாம். இன்னும் நாலு வருஷத்துக்குக் காதல் தாங்குமாம். சொல்வது நானில்லை, விஞ்ஞானம்.

ஒருத்தனுக்கு ஒருத்தி என்பதும் மொத்தத்தில் 5 சதம் ஜீவராசி களுக்கு தானாம். மனிதர்கள் 'பொதுவாக ஒருத்தி, சில வேளை மற்றொருத்தி' என்கிற கொள்கையைத் தான் பெரும்பாலும் கடைப்பிடிக்கிறார்கள். இந்தச் சில வேளை மற்றொருத்திக்குக் காரணம், ஜீன்களின் புதிய சேர்க்கைகளை முயன்று பார்த்து அடுத்த தலைமுறைக்குக் கொஞ்சம் அதிகச் சிறப்பான பிரஜைகளை உண்டாக்கும் தேவை என்கிறார்கள். அதே போல், ஆதிகாலத்துப் பெண்மணிகள் அவ்வப்போது பரபுருஷனுடன் புதர்களில் மறைந்தது, மனித இனத்தின் வேறுபாடுகளைப் புதிய சாத்தியக் கூறுகளை முயல்வதற்கே என்கிறார்கள்.

இதனுடன் உங்களுக்கு உடன்பாடோ இல்லையோ, காதல் என்பது ஏற்படும்போது உடம்பில் நிகழும் மாற்றங்கள் எல்லோருக்கும் பொது. காதல் என்பது தன்னை வெள்ளம்போல்

அடித்துச் செல்கிறது என்னும்போது தம்முன் வெள்ளம்போல் ரசாயனப் பொருள்கள் பிரசவிப்பதைக் கண்டிருக்கிறார்கள்.

கன்னம் கன்னம் தொடும்போது, கையும் கையும் படும்போது ஒரு நறுமணம், ஒரு மெல்லிய மிக மெல்லிய ஸ்பரிசம் போதும்... மூளையிலிருந்து ரத்தத்தில் இந்த ரசாயனப் பொருள்கள் பாய்கின்றன... விளைவு, கை ஈரம், மேல் மூச்சு. காதலும் பதற்றமும் ஒன்றுபோல் அறிந்தார். காரணம் - ஒரே கெமிக்கல்கள்! எல்லாவற்றுக்கும் மேல் பரவசம்! உற்சாகம்! உலகமே அலம்பி விட்டாற்போல் வியப்பு. காரணம், 'Amphetamine'கள். இவற்றில் Dopamine, norepinephrine குறிப்பாக, Phenylethylamine போன்ற வஸ்துக்கள்தான் அத்தனை 'கிக்'குக்கும் காரணம்.

'காதல் என்பது இயற்கை தரும் போதை' என்கிறார் அந்தோனி வால்ஷ்.

போகப் போக, காதலியைத் தொட்டால் மட்டும் போதாது. கொஞ்சம் முன்னேற வேண்டியிருக்கிறது. கடைக்கண் பார்வை மட்டும் பத்தாது. படுக்கைக்கு அருகே செல்ல வேண்டியுள்ளது. இதெல்லாம் சுலபமாகக் கிடைத்து விட்டால், வேறு நபரிடம் காதல் செய்தால்தான் மீண்டும் இந்த ரசாயனங்கள் சுரக்கின்றன வாம்.

இருந்தும் பல காதல்கள் வருஷக் கணக்கில் நீடிக்கின்றன. காரணம்? வேறு வகை கெமிக்கல்கள். மூளையில் என்டார்ஃபின் என்ற மற்றொரு சமாசாரம் சுரந்து காதலை நீடிக்க வைக்கிறதாம்!

'முதல் காதல் என்பது ஒருத்தர் ஏற்படுத்தும் உணர்ச்சிகளைக் காதலிப்பது! முதிர்ந்த காதல் ஒருத்தரைக் காதலிப்பது!' என்கிறார்கள்.

ஆக்ஸிடோஸின் (Oxytocin) என்னும் பொருள்கூடக் காதலுக்குக் காரணம் என்கிறார்கள். நரம்பை நிரடி, தசைகளைச் சுருக்குகிறது. விளைவு காதல்! பெண்களிடம் இதே 'டோஸின்' யுட்டிரஸ் சுருங்கவும், முலைப்பால் சுரக்கவும் பயன்படுமாம். குழந் தையைக் கொஞ்சவும் இதுதான் காரணமாம். இதே கெமிக்கல் தான் காதலனைக் கொஞ்சவும் பயன்படுகிறதாம். ஆண் பெண் சேர்க்கையின்போது, இருவர் உடலிலும் ஆக்ஸிடோஸின் அளவு மூன்றிலிருந்து ஐந்து பங்கு அதிகரித்து... உச்ச கட்டத்தில் மத்

தாப்பு வாண வேடிக்கைகள் ஏற்படுவதெல்லாம் ஆக்ஸி டோஸின். வாழ்க நண்பர் ஆக்ஸிடோஸின்.

ஹோமோ செக்ஸுக்கும் ஆதார காரணம் காதல் தானாம். இதற்கு இன விருத்தியின் வேலை இல்லை என்றாலும், காதல் உண்மை யானதாம். இதற்குக் காரணம் பிறப்பின்போது ஏற்பட்ட சில பயோகெமிக்கல் கோளாறுகள்.

'ஒரு வகை புன்னகை, ஒரு வகை முகம்....'

ஆண்கள் ஏன் சீக்கிரம் காதல் வசப்படுகிறார்கள்? இதற்கும் பரிணாம தேவைதான் காரணம். ஆண்கள் பெண்களிடம் (விஞ்ஞானப்படி) அதிகம் பிள்ளை பெறும் தகுதியைத்தான் முதலில் விரும்புகிறார்கள். அதனால்தான் அதிகம் பிள்ளை பெறும் வயதான 17லிருந்து 28 வரை பெண்கள் கவர்ச்சிகரமாக இருக்கிறார்கள். ஆண்கள் பெண்களைப் பார்த்த மாத்திரம் அவள் இளமையையும் திறமையையும் உடனே கணித்து விடுகிறார்கள். அதனால் தான் உடனடி, திடீர் காதல்!

பெண்கள் அப்படியல்ல... கொஞ்சம் ஆற அமர யோசித்து 'ஆசாமி காப்பாற்றுவானா, விசுவாசமாக இருப்பானா?' என்பதையெல்லாம் தெரிந்த பின்தான் காதல் வசப்படுவார்கள்.

இப்படி இருந்தும் எப்படி கல்யாணியைப் பிடிக்கிறது, காமாட்சியைப் பிடிப்பதில்லை? இதற்கும் விஞ்ஞானம் பதில் சொல்கிறது. 'இயற்கை நம்மை ஒரு வகையான நபருக்கு மட்டும் தயார் செய்து வைத்திருக்கிறதாம். உங்கள் ஒவ்வொருவர் மனத் தின் ஆழத்திலும் ஒரு பிரத்தியேக நாயகன் அல்லது நாயகி இருக் கிறாங்க. ஒரு தனிப்பட்ட காதல் வரைபடம்... தனிப்பட்ட முகம், சுருள் முடி, அழுத்தமான உதடு... தனிப்பட்ட.... இந்த உருவம் உங்கள் ஆரம்ப இளமைக் காலத்தில் மனத்தில் உருவாகிறது. அந்த முகத்தைச் சந்திக்கும்போது ஒரு கை சொடக்கில் காதல்!'

இதுதான் சயன்ஸ் சொல்கிறது. திருப்தியா? இல்லையா? பரவாயில்லை... நம்மில் பெரும்பாலானவர்களுக்குக் காதல் என்பது செம்புலப்பெயல் நீர்.

'யாயும் ஞாயும் யாராகியரோ?
எந்தையும் நுந்தையும் எம்முறை கேளிர்?
யானும் நீயும் எவ்வழி அறிதும்?

செம்புலப்பெயல் நீர் போல அன்புடை நெஞ்சம்
தாம் கலந்தனவே.'

*என்று குறுந்தொகை சொல்ல, கவிஞர் மீரா,*

'உனக்கும் எனக்கும் ஒரே ஊர்
வாசுதேவ நல்லூர்
நீயும் நானும் ஒரே குலம்
திருநெல்வேலி சைவப் பிள்ளைமார்
உன் தந்தையும் என் தந்தையும்
உறவினர்கள்-மைத்துனன்மார்கள்
செம்புலப்பெயல் நீர் போல
அன்புடை நெஞ்சம் தாம் கலந்தனவே.'

*என்று தற்காலச் சமூகத்தை நையாண்டி செய்கிறார்.*

'சுடர்த் தொடீ இ! கேளாய் தெருவில் நாம் ஆடும்
மணல் சிற்றில் காலின் சிதையா, அடைச்சிய
கோதை பரிந்து, வரிப்பந்து கொண்டு ஓடி,
நோதக்க செய்யும் சிறுபட்டி, மேலோர் நாள்
அன்னையும் யானும் இருந்தேமா..இல்லிரே!
உண்ணுநீர் வேட்டேன் எனவந்தாற்கு, அன்னை,
அடர்பொற் சிரகத்தால் வாக்கி, சுடரிழாய்!
'உண்ணுநீர் ஊட்டிவா' என்றாள் என யானும்
தன்னை அறியாது சென்றேன்; மற்று என்னை
வளைமுன்கை பற்றி நலியத் தெருமந்திட்டு,
அன்னாய்! இவன் ஒருவன் செய்தது காண் என்றேனா,
அன்னை அலறிப் படர்தரத் தன்னையான்
உண்ணுநீர் விக்கினான் என்றேனா, அன்னையும்
தன்னைப் பறம்பு அழித்து நீவ மற்று என்னைக்
கடைக்கண்ணால் கொல்வான் போல் நோக்கி நகைக்கூட்டம்
செய்தான் அக் கள்வன் மகன்.'

*- கபிலர்*

'சின்ன வயசிலேயே இந்தாள் வரிப்பந்தெல்லாம் வெச்சு விளையாடியிருக்கான், ரௌடிப் பய. அன்னிக்கு ஒரு நாள் அம்மாவும் நானும் இருந்தோம். இந்தாளு 'வீட்டில் யாரு! குடிக்க தண்ணி கிடைக்குமா?'ன்னு வாசல்ல சத்தம் போட்டான். அம்மா வந்து தங்க குவளைல தண்ணி எடுத்து 'போய்க் கொடுத்துட்டு வா'னு அனுப்பறா... நான் அறியாம போய் பார்த்தா இவன்! தண்ணி குடுத்தா கையை அப்படியே வளையலோட நெருக்கறாப்பல அழுத்தறான். 'அம்மா, இவன் பண்றதை பாரு'ன்னு கத்திட்டேன். 'என்னடி?'ன்னு அம்மா பதறி வந்து பார்க்க, 'ஒண்ணுமில்லைம்மா... இவனுக்கு... இவனுக்கு... விக்கல்'னேன். அம்மா பரிவோட அவன் முதுகைத் தடவிக் கொடுக்கறா. இவன் அவ பார்க்காத போது என்னைப் பார்த்து முறைக்கிறான், சிரிக்கிறான்... திருடன்!'

கலித் தொகையில் உள்ள இந்தப் பாட்டு சொல்லும் காதலை, இதுவரை எந்த மொழி இலக்கியமும் இத்தனை மென்மையாகச் சொல்லவில்லை.

# 17

## நிஜ சுஜாதா

சுஜாதா என்கிற புனை பெயர் எப்படி ஏற்பட்டது? நீங்கள் ஏன் பெண் பெயரில் ஒளிந்து கொண்டிருக்கிறீர்கள்? இன்கம் டாக்ஸா?

இரு கேள்விகளும் அடிக்கடி கேட்கப்படுகின்றன.

இது என் மனைவியின் பெயர். 1963ல் ஆரம்ப காலத்தில் எஸ்.ஆர். ராஜன், எஸ். ரங்கராஜன் என்ற பெயர்களில் சில சிறுகதைகள் எழுதினேன். அவை குமுதத்தில் வெளிவந்தன.

ரா.கி. ரங்கராஜனின் கதைகள் பல வெளிவந்தன. அவைகளுக்காக என்னைப் பாராட்ட ஆரம்பித்தார்கள். என் கதைகளுக்காக அவரைத் திட்ட ஆரம்பித்தார்கள்.

இவ்வளவு கவனக் குறைவான சூழ்நிலையில் ஜூனியரான நான்தான் பெயர் மாற்றிக் கொள்வது மரியாதை என்று முதன் முதலாக, 'சுஜாதா ரங்கராஜன்' என்ற பெயரில் ஒரு கதை அனுப்பினேன். அந்தப் பெயர் ஏதோ பெண்கள் பத்திரிகையில் சமையல் குறிப்பு எழுதும் பெண்மணியின் பெயர் போல உள்ளது என்று குமுதம் அலுவலகத்திலேயே 'சுஜாதா' என்று சுருக்கி விட்டார்கள். அது நிலைத்து விட்டது.

பெண் பெயரில் ஒளிந்து கொள்வது என்பது கோடாலி மீசை யுடன் தமிழ்நாடு முழுவதும் போஸ்டர் ஒட்டிய பின் சாத்திய மில்லை. இன்கம் டாக்ஸ் ஒழுங்காகக் கட்டிக் கொண்டு

வருகிறேன் என்பதற்கு அத்தாட்சியாக ஆடிட்டர் செந்தாமரைக் கண்ணனைக் கேட்கலாம்.

போகட்டும்.

நிஜ சுஜாதாவை 'எழுத்தாளன் மனைவி' என்ற தலைப்பில் கட்டுரை எழுதித் தரச் சொன்னேன்.

'எல்லாத்தையும் எழுதிடுவேன்' என்று அச்சுறுத்தினாள்.

'எழுது பரவால்ல' என்று சொல்லியும் பல முறை வற்புறுத்தியும் அவள் எழுதவில்லை.

No man is a hero to his wife.

'நீங்க எல்லாருக்கும் ரொம்ப நல்லவர் - உங்க மனைவிக்கும் குழந்தைகளுக்கும் தவிர' என்று அண்மையில் ஒரு முறை அவள் சொன்னது உண்மைதான்.

நான் ஆதர்சக் கணவனில்லை. ஆதர்சத் தகப்பன் இல்லை. துறைகளில் என்னை முன் மாதிரியாக எடுத்துக் கொள்ள ஏதும் இல்லை. என் போன்ற ஒரு சிக்கலான பிரகிருதியுடன், எப்போதும் கோபம், எப்போதும் மௌனம் என்றுதெரியாத அநிச்சயமான சூழ்நிலையில், இருபத்தேழு வருஷம் வாழ்ந்து வருவது அவளுடைய மகத்தான சாதனை.

அவள் ஸோஷியாலஜியில் எம்.ஏ. நாடகங்களில் நடிப்பாள். நல்ல கதைகள் என்ன என்பது பற்றித் தனக்கெனத் தனிப்பட்ட அபிப்பிராயங்கள் உள்ளவள். க்ராஸ்வோர்டு போடுவாள்.

நான் பொய் சொல்லும்போது, சட்டென்று கண்டு பிடித்து விடுவாள்.

எனக்கு வருகிற அத்தனை சிறிய பெரிய பத்திரிகைகளையும் படித்து, குறிப்பிடும்படியாக ஏதாவது இருந்தால் சுட்டிக் காட்டுவாள்.

நான் மௌனமாகக் கேட்டுக் கொண்டிருக்க நிறையக் கதைகளுக்கு ப்ளாட் அவள் பேச்சிலேயே கிடைத்து விடும். குறிப்பாக, 'காயத்ரி' கதையும், 'கரையெல்லாம் செண்பகப் பூ' முடிவும் அவளுடையவை.

**(சுஜாதா தயாரித்த குமுதம் சிறப்பிதழிலிருந்து!)**

# 18

## கொஞ்சம் விளையாட்டாக

**சச்சின் தெந்துல்கர்**

ஸ்ரீகாந்த் முதலில் ஆட வந்தபோது இருந்த பரபரப்பைவிட அதிகமாக தெந்துல்கர் பிரவேசத்தில் உள்ளது. என்ன ஸார், பதினாறு வயசுப் பையன். இன்னும் முகத்தில் பால். அவன் போய் நியூசிலாந்தில் என்ன, பாகிஸ்தானில் என்ன, இங்கிலாந்தில் என்ன... என்று செஞ்சுரிக்கு மேல் செஞ்சுரியாக அடிக்கிறான். இவன் எங்கே போய் நிற்பானோ, என்னவெல்லாம் செய்யப் போகிறானோ என்று யசோதை கிருஷ்ண பரமாத்மாவை வியந்தது போல் கிரிக்கெட் வட்டாரங்கள் வியக்கின்றன.

தெந்துல்கரைப் பற்றி எனக்குக் கவலையாக இருக்கிறது. காரணங்கள் மூன்று. சின்னப் பையனிடமிருந்து எதிர்பார்ப்புகள் அதிகமாகி அவன் தொடர்ந்து இரண்டு மூன்று டக் அடித்தால் நம் கிழட்டு செலக்டர்கள் உடனே வெட்டி விடுவார்கள்.

இரண்டு: ஒரு நாள் கிரிக்கெட் அதிகமாக ஆடுவதால் எடுத்த உடனே வீச வேண்டும் என்று க்ராஸ் பேட், காட்டடி இந்தச் சின்ன வயசில் கற்றுக் கொண்டால் நின்று ஆடும் திறமையே வழக்கொழிந்து போய் விடும். இந்தப் பாதிப்பைக் கண்கூடாக ஸ்ரீலங்காவுடன் ஆடிய ஆட்டத்தில் பார்த்தேன். ஆறு பந்தையும் சிக்ஸர் அடிக்க வேண்டும் என்கிற வெறி. கூட்டத்தினர் உசுப் பேற்றியதில் வந்து, இரண்டு சிக்ஸர் பிரமாதமாக நிறைவேற்றி,

மூன்றாவது காப்டன் சொல்லியும் கேட்காமல் சிக்ஸர் முயன்று தத்தியாக மிட் ஆனில் லட்டு மாதிரி காட்ச்.

மூன்று: இங்கிலாந்து உட்பட பெண்களின் செல்லப் பார்வை பட்டு அவனைத் துரத்துகிறார்கள். இது கிரிக்கெட்டுக்கும் நல்லதல்ல. உடம்புக்கும் நல்லதல்ல.

**விசுவநாதன் ஆனந்த் (செஸ்)**

செஸ் விளையாட்டில் முதன் முதல் உலக சாம்பியன் ஆட்டம் 1886ல் நடந்தது. தற்காலத்தில், ஒலிம்பிக்ஸ். அதில் நமக்குப் பத்தாவது இடம் கிடைத்தது. நூற்றுக்கணக்கில் கிராண்ட் மாஸ்டர்கள் இருக்கும் ரஷ்யா, அமெரிக்கா, பிரிட்டன் போன்ற தேசங்களுக்கு எதிராக ஆடி, பத்தாவது இடம் பெறுவதே பெரிய சாதனைதான். அதற்குக் காரணமாக இருந்தவர் விசுவநாதன் ஆனந்த். இந்தியாவின் ஒரே ஒரு கிராண்ட் மாஸ்டர், 'ஜி.எம்.'

கிராண்ட் மாஸ்டர் ஆவதற்கு நிறைய உழைக்க வேண்டும். நிறைய ஆட வேண்டும். நிறையத் திறமை வேண்டும். முதலில் ஒரு குறிப்பிட்ட எண்ணிக்கை 'ஜி.எம்'களுடன் விளையாடி ஜெயித்து அப்புறம்தான் அந்தக் கோஷ்டியில் சேர முடியும். முதலில் அந்தப் பிதாமகர்களுடன் ஆட வாய்ப்பு கிடைப்பதே கஷ்டம்.

இத்தனை சின்ன வயசில், ஜி.எம். பதவி பெற்று விட்ட ஆனந்தின் எதிர்காலம் எப்படி இருக்கும்? ஒரு வகையில் தெந்துல்கர் போலத்தான் இவரும். வேகம், அவசரம். அதனால் சில வேளைகளில் சில்லறை ஆசாமிகளுடன் எல்லாம் தோற்கிறார்; சில சமயம் பெரிய புள்ளிகளைக் கலக்குகிறார். அண்மையில் டில்லியில் நடைபெற்ற கிராண்ட் மாஸ்டர் டூர்னமெண்ட்டில் பதினொரு ஆட்டத்தில் எட்டு ஜெயித்து மூன்று தோற்றார். 'டி' என்பதே அதிகம் கிடையாது.

ஆனந்த் எதிர்காலத்தில் நிதானமாக ஆடுவார் என்று எதிர்பார்க்கலாம். அப்போது காஸ்பரோ, கார்ப்போவ் அளவுக்கு உயரலாம். இப்போது அவர்களுடன் விளையாடச் சந்தர்ப்பம் கிடைக்கவே போராட்டம் இருக்கிறது.

ஆனந்த் வடிவத்தில் நம் நாட்டில் செஸ் ஆட்டத்தில் சுவாரஸ்யம் அதிகமாகி, கொஞ்சம் சில்லறையும் புரளுவது வரவேற்கத் தக்கது.

# 19

## இன்டர்வியூ

நான் பணிபுரியும் பாரத் எலக்ட்ரானிக்ஸ் நிறுவனம் ஒவ்வொரு வருஷமும் சுமார் 100 இஞ்சினியர்களைத் தேர்ந்தெடுக்கிறது. அந்தத் தேர்ந்தெடுப்புப் பணியில் பல வருஷங்கள் பல இளைஞர் களை இன்டர்வியூ செய்ததில், மேசையில் இந்தப் பக்கத்து அனுபவங்களிலிருந்து இளைஞர்களுக்குச் சில அறிவுரைகள்:

1. எந்தக் கம்பெனிக்கு இன்டர்வியூ செல்கிறீர்களோ, அதைப் பற்றி நிறைய தெரிந்து கொள்ளுங்கள். எத்தனை பேர் வேலை செய்கிறார்கள்? உற்பத்திப் பொருள்கள் என்ன? அவைகளின் மதிப்பு என்ன? இதை நிச்சயம் கேட்போம்.

2. எல்லாச் சான்றிதழ்களையும் எடுத்துச் செல்லுங்கள். உங்கள் கடைசி வருஷ ப்ராஜெக்ட் ரிப்போர்ட் உட்பட. அவர்கள் கேட்டால் காட்டுங்கள். உட்கார்ந்த உடனே நீட்டாதீர்கள்.

3. நேராக உட்காருங்கள். உலகமே எனக்குச் சொந்தம் என்பது போல் கால் மேல் கால் போட்டுக் கொண்டு, பின்பக்கம் சாய்ந்து கொண்டு... இதெல்லாம் வேண்டாம்.

4. கேள்வியைக் கவனமாகக் கேட்டு பதில் சொல்லுங்கள். பதில் தெரியவில்லையென்றால் தெரியாது என்று சொல்வதில் ஓரளவு தப்பில்லை. ஆனால், எல்லாக் கேள்விகளுக்கும் இவ்வாறு பதிலளித்தால் வேலை கிடைக்காது. சாமர்த்திய மாக உங்களுக்குத் தெரிந்த சப்ஜெக்ட்டுக்கு அவர்களை

இழுத்து வர வேண்டும். இதில் கேளுங்கள் என்று கோரிக்கை தருவதில் தப்பில்லை.

5. ஏதாவது சப்ஜெக்டில் மார்க் குறைந்திருந்தால் அல்லது நாலு வருஷப் படிப்பை ஐந்து வருஷம் படித்திருந்தால் உண்மை யான காரணத்தைத் தயங்காமல் சொல்லுங்கள். 'எங்கள் தாத்தாவுக்கு ஜுரமாக இருந்தது. நான் ஆஸ்பத்திரிக்குப் போக வேண்டியிருந்தது' என்றெல்லாம் நொண்டிச் சாக்கு சொல்ல வேண்டாம். கேள்வி கேட்பவர் பாட்டிக்கு ஜுரமா யிருந்து ஆஸ்பத்திரியில் கண் விழித்துப் படித்திருப்பார்.

6. நல்ல சட்டையாகப் போட்டுக் கொண்டு செல்லுங்கள். காரே பூரே என்று பாஸ்கெட் பால் போட்ட பனியன் எல்லாம் போட்டுக் கொண்டு போகாதீர்கள். சத்தியமாக வேலை கிடைக்காது. தலையைப் படிய வாரிக் கொண்டு செல்லவும். ஒரு வருஷம்தான் ஆகிறது என்றால் பரவாயில்லை. முடி வெட்டிக் கொண்டு செல்வது உசிதம். ஞாபகமிருக்கட்டும். உங்கள் மாணவ வாழ்க்கை முடியப் போகிறது.

7. இன்டர்வியூவில் நான் எப்படிச் செய்தேன் என்று முடிவில் கேட்கவே கேட்காதீர்கள். அவர்கள் இன்னும் தீர்மானிக்க வில்லை. இப்படி அதிகப்பிரசங்கித்தனமாகக் கேட்டால், பார்டர் கேஸ் அடிபட்டு விடும்.

என் இன்டர்வியூ அனுபவத்தில் அந்த பெங்காலி இளைஞனை மறக்கவே முடியாது. சப்ஜெக்டில் கேள்விகள் கேட்டபின் அவனை, 'உன் ஹாபி - பொழுது போக்கு என்ன?' என்று கேட்டோம். அதற்கு அவன் ஒரு விதமாக ஆரிகமி, மாஜிக் என்றான். ஆரிகமி என்பது காகிதத்தை மடித்துப் பற்பல வடிவங்கள் செய்யும் ஜப்பானியக் கலை.

ஆரிகமி செய்து காட்டுவாயா என்ற கேட்டேன். படபடவென்று ஒரு காகிதத்தை எடுத்துச் சதுரமாக ஆக்கி, அவன் விரல்களால் மடித்து மடித்து ஒரு பறவை பண்ணி விட்டான். அதன் வாலை இழுத்தபோது இறக்கைகள் அசைத்தன. ஆச்சரியத்துடன் What about magic என்றேன். ஓர் எட்டணா நாணயம் உள்ளதா என்று கேட்டு, அருகில் உள்ள முத்துராகவன் தயக்கமாகக் கொடுக்க, நாணயத்தைப் பெற்றுக் கொண்டு மீண்டும் உள்ளங்கையில் வைத்து விரல்களால் மூடித் திறந்தான். காக்கா... உஷ்...

எட்டணாவைக் காணோம். முத்துராகவன் காலரிலிருந்த அதை மீட்டுக் கொடுத்தான்.

ஆச்சரியப்பட்டு, ''இந்த ட்ரிக் எப்படிச் செய்தாய்?'' என்று கேட்டேன்.

'இந்த வேலையை எனக்குக் கொடுங்கள். சொல்கிறேன்!' என்றான்.

தன்னம்பிக்கை!

# 20

## இந்த ஒரு புத்தகம் போதுமே!

(விமர்சனம்)

புத்தகங்களைப் பற்றி ஸ்டாம்பு சைஸுக்கு விவரிப்பது நியாய மல்ல. ஏதாவதொரு புத்தகத்தையாவது சற்று விஸ்தாரமாக விமர்சிக்க வேண்டும்.

தமிழண்ணல் என்ற புனை பெயரில் டாக்டர் இராம பெரிய கருப்பன் தினமணி பத்திரிகையில் 'வளர்தமிழ் - உங்கள் தமிழைத் தெரிந்து கொள்ளுங்கள்' என்கிற தலைப்பில் எழுதிய கட்டுரை களைத் தொகுத்துப் புத்தகமாக வெளியிட்டிருக்கிறார்கள். பொதுவாக, அகடமி என்று சொல்லப்படும் பண்டிதர்களும் பத்திரிகை, சிறுகதை, நாவல் எழுத்தாளர்களும் வேறு வேறு ஜாதி என்றுதான் பேச்சு. அவர்கள் இவர்களைக் கண்டு கொள்ள மாட்டார்கள். இவர்கள் அவர்களை (பண்டிதர்கள்), கல்லூரி களின் கருங்கல் சுவர்களுக்குள் வேறு சுவாசம் விசுவாசத்துடன் தூய தமிழ், சங்க காலம், திணை, துறை... இவைகளைத்தான் வருஷா வருஷம் திருப்பிக் கொண்டிருப்பார்கள். அவர்களுக்குக் கவிதை என்பது மிஞ்சி மிஞ்சிப் பேனால் பாரதி வரை வரலாம். உரைநடை திரு.வி.க.வுடன் நின்று போய், பாடப் புத்தக அங்கீகாரத்துக்காக அண்ணா, கலைஞர் இவர்களைச் சேர்த்துக் கொள்வார்கள். சிறு கதை, நாவல் என்பதெல்லாம் குப்பைகள்.

அதே போல் எழுத்தாளர்களுக்கும் பண்டிதர்கள் மேல் சம அளவு வெறுப்பு உண்டு. சங்க காலம் ஒரு சுமை... கவிதை என்பதை பிச்சமூர்த்திதான் ஆரம்பித்தார். சிறுகதையென்றால் மௌனி மாதிரி யாருக்கும் புரியக் கூடாது...

இவ்விரண்டு கோஷ்டிகளும் எப்போதாவது ஒன்று சேர்ந்து ஒரே கூட்டத்தில் கலந்து கொள்ளும்போது 'இட்லி சாப்பிட்டீங்களா? பொங்கல் நல்லாயிருந்திச்சில்லை' என்றுதான் சம்பாஷணை நடப்பதைப் பார்த்திருக்கிறேன்.

தமிழண்ணல் இந்த வித்தியாசங்களை உடைத்துக் கொண்டு பழந்தமிழையும் பழகு தமிழையும் மணமுடிக்க வரிந்து கட்டிக் கொண்டு வந்திருக்கிறார் (இந்தப் பக்கத்திலிருந்து ஞானக் கூத்தன் இதே காரியத்தை வேறு விதமாகச் செய்து வருகிறார்). தமிழண்ணலின் ஆசைகளெல்லாம் எளியவை. பிழையில்லாமல் தமிழை எழுத வேண்டும். அழகான வார்த்தைகளைச் சரியாக, அளவாகப் பயன்படுத்த வேண்டும். இந்த எளிய குறிக்கோளின் அடிப்படையில் தன் அபார இலக்கிய ஞானத்தை மிகை யில்லாமல் காட்டி இவர் எழுதியிருக்கும் சின்னச் சின்னக் கட்டுரைகளில் ஓர் உதாரணம் - ஸாரி எடுத்துக்காட்டு இது.

அவசியம், முக்கியம், அதிகம் ஆகியன வட சொல் எனில், அவற்றுக்கு இணையாகத் தமிழ்ச் சொற்கள் எவை என்று கேட்கலாம். பிறமொழிச் சொல்லுக்கு இணையான தமிழ்ச் சொல் ஒன்றைக் கண்டுபிடித்து விட்டால், தமிழ்ச் சொல் நிலை பெறும். சில சமயம், அந்தப் பிற மொழிச் சொல் ஒரு புதிய சாயலில் வழங்கினால் இரண்டு சொற்களும் புழக்கத்தை விட்டுப் போவதில்லை.

'அவசியம்' தமிழில் இன்றியமையாமை அல்லது கட்டாயம் ஆகும். முக்கியம், முதன்மை எனலாம். அதிகம், கூடுதல், மிகுதி என்று பொருள்படும். ஆனால், தமிழ்ச் சொற்கள்தான் கிடைக் கின்றனவே என்று அவசியத்தை அதிகமென்று கூறிவிட முடி யாத நிலை உள்ளது. எவ்வாறு?

'ஆவஸ்யகம்' என்னும் சமஸ்கிருதச் சொல் வசியம் என்ற வடி சொல்லாகத் தமிழில் வழங்குகிறது. இத்தமிழ் வடிவச் சொல் லுக்கு 'தேவையானது' என்பது பொருள். 'இன்றியமையாதது' என்றால், இல்லாமல் முடியாதது. மிக அவசியமானது. வீட்டில் காற்றோட்டம் அவசியம். மூச்சு விடக் காற்று இன்றியமை யாதது. சற்றுப் பொருள் வேறுபடுகிறது அல்லவா?

'இது போலவே முதன்மைக்கும் முக்கியத்துவத்துக்கும் வேறு பாடு உண்டு. மொழியில் உயிரொலிகள் முதன்மையானவை.

ஒலிப்பு முறை முக்கியமானது அல்லவா? பட்டம் பெறத் தேர்வு எழுத வேண்டியது கட்டாயம். தேர்வு எழுத நன்கு படிப்பதும் அவசியம். தேர்வு எழுத நுழைவுச் சீட்டு 'இன்றியமையாதது'. இவ்வாறு இவை சிறிது சிறிது பொருள் வேறுபடுவதைக் காணலாம். இதனால் அவசியமும் சில சமயம் அவசியமாகி விடுகிறது.'

இம்மாதிரி யாராவது தமிழ் சொல்லிக் கொடுத்திருந்தால் நான் எங்கேயோ போயிருப்பேன்.

**மீனாட்சி புத்தக நிலையம், மதுரை.**

# 21

## புதிய எழுத்தாளர்களுக்கு 11 யோசனைகள்

1. தப்பான பத்திரிகைக்கு எழுதாதீர்கள். 'துருவனும் குகனும்' என்று ஞான பூமிக்கு அனுப்ப வேண்டியதை, 'போலீஸ் செய்தி'க்கு அனுப்பாதீர்கள்.

2. தெரியாத இடம், தெரியாத பொருளைப் பற்றி எழுதாதீர்கள். 'பம்பாய் ரங்காச்சாரி வீதி, இரவு ஏழு மணி இருள்' என்றால் பம்பாயில் ரங்காச்சாரி வீதி கிடையாது. இரு ஏழு மணிக்கு இருட்டாது என்று ஒரு கோஷ்டி ஆசிரியருக்குக் கடிதம் எழுதக் காத்திருக்கும்.

3. அந்தரத்தில் எழுதாதீர்கள். அதாவது, உங்கள் கதை கருந் தட்டான் குடியிலோ, மதராஸ் 78லோ எங்காவது ஒரு இடத் தில் நிகழட்டும். அதற்குக் கால்கள் வேண்டும். ஜியாக்ரபி வேண்டும். மிகச் சுலபம் உங்கள் சொந்த ஊர், சொந்த வீதி...

4. சொந்தக் கதையை எழுதாதீர்கள். மற்றவர் கதையை எழுத முயற்சி செய்யுங்கள். இரண்டு மூன்று பேர் சொன்ன கதை களையும் சம்பவங்களையும் இணைத்து எழுதிப் பாருங்கள். கேஸ் போட்டால் தப்பிக்கலாம்.

5. பெரிய பெரிய வாக்கியங்கள், வார்த்தைகள் வேண்டாம். 'உமிழ் நீரைத் தொண்டைக் குழியிலிருந்து உருட்டித் திரட்டி உதடுகளின் அருகே கொணர்ந்து நாக்கின் முன் பகுதியால் வெளியேற்றினான்' என்று சொல்வதை விட 'துப்பினான்' என்பதே மேல்.

6. ஒரு வார்த்தையை ஒரு கதையில் ஒரு முறைக்கு மேல் பயன் படுத்தாதீர்கள். அவன், இவன், கை, கால் போன்ற அன்றாட வார்த்தைகள் தவிர, உதாரணமாக, பரிணாமம், 'அவன் மனத் தின் எண்ணங்கள் பரிணாமம் பெற்று அந்த பரிணமிப்பில்...' இத்யாதிக்குப் பதிலாக, 'அவன் மனத்தில் எண்ணங்கள் மாறுதலடைந்து அந்தப் பரிணமிப்பில்' பெட்டர். அதைவிட பரிணாமம் போன்ற வார்த்தைகளைத் தவிர்ப்பது மேல்.

7. தெரிந்தவர்களின், உறவுக்காரர்களின் பெயர்களைக் கதை மாந்தர்களுக்குச் சூட்டாதீர்கள். டெலிபோன் டைரக்டரி யையோ, செய்தித்தாளையோ திறந்தால் எத்தனையோ பெயர்கள். என் நண்பர் ஓர் எழுத்தாளர். கும்பகோணத்தில் ஒரு வக்கீல் பெண்ணைப் பெயர், அட்ரஸ் சகிதம் கதையில் உண்மையாகக் குறிப்பிட்டு, அந்தப் பெண்ணின் அப்பா பத்திரிகை மேல் கேஸ் போட்டு விட்டார். ரியலிஸம் என்பது பேர் வைப்பது அல்ல.

8. நிறைய எழுதாதீர்கள். முதல் ட்ராப்ட்டைப் பாதியாகக் குறைத்து, அதே கதையைச் சொல்ல முடியுமா பாருங்கள். அவன் அங்கே போனான் என்பதைவிட, 'போனான்' என்பதில் அவனும் அங்கேயும் இருக்கிறது. அதற்காக 'னான்' என்று அற்பமாகச் சுருக்க வேண்டாம். அதெல்லாம் என் போன்ற கோணங்கி எழுத்தாளர்களுக்கு.

9. இரண்டு பக்கம் நெருக்கமாக எழுதாதீர்கள். நிறைய இடம் விட்டுப் பளிச்சென்று நல்ல பேப்பரில் எழுதுங்கள். முதல் பக்கத்தை மட்டும் மூன்று நான்கு பிரதி எடுத்து வைத்துக் கொள்ளுங்கள். திரும்பி வந்தால் உடனே மற்றப் பத்திரிகைக்கு அனுப்பச் சௌகரியம்.

10. பத்திரிகை ஆபீசுக்கு நேராகப் போய் கதை கொடுக்காதீர்கள். அங்கே கிடக்கும் கதைக் குப்பைகளைப் பார்த்தால் ரொம்பச் சோர்வாக இருக்கும்.

11. கடைசியாக, எழுதுவதை நிறுத்தாதீர்கள். சளைக்காதீர்கள். என்றாவது எல்லாரிடமும் - ஆம், எல்லாரிடமும் - ஒரு கதை, நல்ல கதை இருக்கிறது. தமிழ் சினிமா வெற்றிப் பட டைரக் டர்கள் போல இரண்டாவது கதையில்தான் பெரும்பாலும் மாட்டிக் கொள்வீர்கள். அதற்கு முதல் தேவை, நிறைய பார்க்க வேண்டும். நிறைய படிக்க வேண்டும். குட்லக்.

# 22

## கொஞ்சம் விஞ்ஞானம்

நாம் மிகச் சாதாரணமாகச் செய்யக் கூடிய ஒரு காரியம் ஒரு முட்டையை உடையாமல் கை விரல்களால் எடுப்பது.

இதை ஒரு ரோபோட்டின் கரத்தைக் கொண்டு செய்வதற்குக் கணிப் பொறி விஞ்ஞானிகள் செய்ய வேண்டிய சாகசங்கள் அனேகம். விரல்கள் விரல்களின் கணுக்களில் இணைப்புகள் (இதில் மொத்தம் பதினான்கு) இவைகளை மணிக்கட்டிலிருந்த 'ஆக்சுவேட்டர்' என்னும் செயல்படுத்திகள் மூலம் இயக்க மைக்ரோ கம்யூட்டர் என்னும் சின்னக் கம்ப்யூட்டர் பயன்படுத்து வார்கள். முட்டையை உடையாமல் எடுக்க சென்ஸார்கள் மூலம் எத்தனை அழுத்தம் என்பதையெல்லாம் கணக்கிட்டுத் தீர்மானிக்க ஸாஃப்ட்வேர் ஆணைத் தொடர் எழுத வேண்டும். இவை அனைத்தையும் செய்தால், இயந்திரம் முட்டையைப் பொறுக்கும். பொறுக்கி எங்கே வைக்க வேண்டும், கரத்தை எப்படி நகர்த்த வேண்டும் என்று சொல்ல மற்றொரு ப்ரொக்ராம்!

இம்மாதிரி எளிய ரோபாட் கரம் செய்யவே சுமார் 2 லட்சம் ரூபாய் ஆகும். இந்திய தேசத்தில் இந்த அளவு பணத்திற்கு ஒரு குட்டிப் பையன்களின் பட்டாளமே வைத்துக் கொள்ளலாம். பின் ஏன் இந்தக் கை?

ஒரே ஒரு வித்தியாசம். இந்தக் கரத்துக்கு ஜுரம் கிடையாது. ஜல தோஷமில்லை. எந்த அமில கந்தக சூழ்நிலையிலும் தொடர்ந்து வேலை செய்ய வல்லது. சம்பள உயர்வு கேட்காது. தப்பே

செய்யாது. பீடி குடிக்கப் போகாது. நமக்கும் மனசாட்சி உறுத்தாது.

கம்ப்யூட்டர்களைக் கொண்டு மனிதன் செய்யும் அத்தனை வெளிப்படை காரியங்களையும் செய்ய இயலும். சிந்தனை என்கிற சமாச்சாரம்தான் சற்று உதைக்கும். பட்டறிவு என்று நாம் சொல்லும் Common Sense, அதைக் கணிப்பொறிக்குள் செலுத்தத் தான் கஷ்டப்படுகிறார்கள்.

உதாரணம்: 'பறவைகள் பறக்கும்' என்கிற ஒரு விதியைச் சுலபமாகக் கம்ப்யூட்டருக்குச் சொல்லித் தர முடியும். இதேபோல் 'குருவி ஒரு பறவை' என்ற செய்தியையும், அதனால் 'குருவி பறக்கும்' என்று கணிப் பொறியால் யூகிக்கவும் முடியும். அதோடு சரி! அந்தக் குருவிக்கு ஓர் இறக்கை இல்லை என்று தகவல் தந்தால் 'குருவி பறக்காது' என்று ரோபோவுக்குச் சொல்லத் தெரியாது.

அதற்காக, மற்றொரு விதி போதிக்கப்பட வேண்டும். இறக்கை முறியாத பறவைகள் பறக்கும். ஆனால், அவ்வளவுதானா? கூண்டில் உள்ள பறவைகள்? செத்துப் போன பறவைகள்? இப்படி எத்தனைதான் விதிமுறைகளை மாற்றுவது?

நம்மைச் சுற்றியுள்ள விஷயங்களைப் புலன்களின் மூலம் உணர்ந்து அவைகளைப் பொருள்படுத்தி அறிவாக மாற்றிக் கொள்கிறோம். அந்தச் சாகசத்தை நாம் எப்படிச் செய்கிறோம் என்பதை, அந்த முறையை நாம் இன்னும் புரிந்து கொள்ள வில்லை. அதுவரை கணிப் பொறிகளால் நம்மை மிஞ்ச முடியாது.

மூளை என்பது லட்சக்கணக்கான வருஷங்களின் பரிணாம வளர்ச்சியின் உன்னதம். கணிப் பொறி தோன்றி நூற்றி எழுபது வருஷங்கள்தான் ஆகின்றன.

# 23

## கன்னட சினிமா

**ப**ங்களூர் சினிமாவின் சிற்சில குணாதிசயங்கள்: கன்னட சினிமாவில் முதல் மூன்று இடங்களில் இருப்பவர்கள் ராஜ்குமார், ராஜ்குமார், ராஜ்குமார். அடுத்த இரண்டு இடங்களில் அவர்தம் புதல்வர்கள். இவர்கள் போக, மிச்சம் மீதியாக ஒரு விஷ்ணு வர்தன், அனந்த்நாக், காசிநாத் போன்றவர்கள். கொஞ்சம் கொஞ்சம் வித்தியாசம் காட்டிய சங்கர் நாக் போய் விட்டார் (110 கி.மி. வேகத்தில் மோதினாராம். தலை உருண்டு விட்டதாம்). கதாநாயகிகளைப் பொறுத்தவரை அதே தெலுங்கு, மலையாளம் தமிழ் நாயகிகள்தாம். (தமிழ் யாராவது இருக்கிறார்களா என்ன?)

கதாநாயகிகள் விஷயத்தில் இவர்கள் பேட்ரியாட்டிஸம் பார்ப்ப தில்லை. கதாநாயகர்கள் சுத்த கன்னடிகர்களாக இருக்க வேண்டி யது அவசியம். இளையராஜா ஆரம்ப காலங்களில் சிற்சில படங்களில் இசை அமைத்தார். இப்போது, அம்சலேகா. பின்னணி பாலசுப்ரமண்யத்தை ஒரு முறை பங்களூர் பிளேனில் பார்த்தேன். இரண்டு நாட்களில் 36 கன்னடப் பாடல்கள் ரிக்கார்டிங். (ஒரு பாடலுக்குப் பத்தாயிரம் வாங்குவாரா?)

லட்சுமி, சுஹாசினி இங்கு பாப்புலர். இவரது 'முத்தின ஹரா' என்கிற படம் (முத்து மாலை) ரொம்ப நாளாக ஓடிக் கொண் டிருக்கிறது.

கன்னடப் படங்களில் ஒரு தாய் கட்டாயம் வேண்டும். தாலி ரொம்பப் புனிதமானது. கெட்டவர்கள் தாம் கழற்றுவார்கள்

(தாலியை). அவர்கள் இண்டர்வெலுக்குள் இன்னல் பட வேண்டும். கன்னட நுடி, (மொழி) கன்னட நாடு என்று ஒரு பாட்டு வந்தே ஆக வேண்டும்.

இங்கும் ரசிகர் சங்கம், கட் அவுட், பேனர், முதல் நாள் மாலைகள் எல்லாம் இருக்கிறது. ஆனால், தமிழ் நாடு அளவுக்குப் பைத்தியம் இல்லை. மொத்த கர்னாடகா சர்க்யூட் இரண்டு மூன்று ஏரியாக்கள்தாம். மொத்த பட்ஜெட் 27க்குள் முடிந்து விடும். அதிகம் வீடியோ திருட்டுக் கிடையாது. சினிமாப் பத்திரிகைகள் சொற்பமே. ஷூட்டிங் எடுக்கும் போது நடவடிக்கையும் அதிகம் பார்க்க மாட்டார்கள்.

கன்னட சினிமா ஆரம்ப காலங்களில் மலையாள ரியலிஸப் படங்கள் போல சம்ஸ்காரா, வம்ச விருட்சம் என்று ஆர்ட் படங்களாக வந்து அவார்டு பெற்றன. சோமனதுடி, தாபரண கதே போன்றவை நினைவில் நின்றன. தற்போது சுத்தமாகக் கெட்ட பழக்கத்தை நிறுத்தி ஆர்ட் பாசாங்குகளை விட்டு விட்டார்கள். இன்னும் கிளாமர்; இன்னும் ஃபைட்டிங் என்று. வார்த்தை களைத் தவிர எல்லாமே தமிழ், தெலுங்கு, கன்னடம் மூன்றும் ஒரே மூஞ்சி பெற்றுக் கொண்டிருப்பதைக் கவனிக்க முடிகிறது. இருந்தாலும், கொஞ்சம் கொஞ்சம் டேஸ்ட் வேறே.

அண்மையில் புது வசந்தம் படத்தை த்வாரகீஷ் 'ஸ்ருதி' எடுத்து உடனே வெளியிட்டார். தியேட்டரில் ஈ அடிக்கிறது. பாலசந்தர் தன் பழைய வெற்றிப் படங்களைக் கன்னட கலரில் வெளியிட்டு, இப்போது நிறுத்தி விட்டார்.

தாய், தாலி இல்லா விட்டால் கன்னடப் படங்கள் ஓடாது.

# 24

## சுத்த சைவம்

என்னிடம் பல சிரிப்புப் புத்தகங்கள் உள்ளன. அவற்றில் சுத்த சைவமாகச் சில தந்திருக்கிறேன்.

'அந்தாளுக்குக் கல்யாணம் ஆகி, முப்பது வருஷமா வீட்டிலே பெண்டாட்டிகூட இருக்காம்பா.'

'இதுதான் அன்புன்னு சொல்வேன்.'

'டாக்டர் சொல்றார், இது பராலிஸிஸ்ஸாம்.'

ஸிக் ஜோக் என்று ஒரு வகை, அமெரிக்காவில் உண்டு. இந்த வகை ஜோக்குகளை சிரிப்பதா வெறுப்பதா என்று தீர்மானிக்க முடியாது.

'சிகரெட் இருக்கா?'

'இந்தாப்பா. பாக்கெட்டையே எடுத்துக்கோ.'

'தாங்ஸ். நெருப்புப் பெட்டி?'

'இந்தா லைட்டர். இதையும் எடுத்துக்கோ.'

'தாங்ஸ்ப்பா! ஏம்பா, உன்னை ஒண்ணு கேக்கணும். நீ என்ன கோடீஸ்வரனா?'

'இல்லைப்பா. லங் கான்ஸர்.'

இன்னொன்று.

'இப்பல்லாம் எம் பையன் விசு நகத்தைக் கடிக்கிறதை நிறுத்திட்டான்.'

'பரவாயில்லையே, எப்படி?'

'எல்லாப் பல்லையும் பேத்துட்டேன்.'

குஷ்வந்த் சிங், வாசகர்களிடமிருந்து வாரா வாரம் ஜோக் தேர்ந் தெடுத்துப் போடுவார். சில இந்தியத் தனமானவை. சிறப் பாகவே இருக்கும்.

ஒரு சர்தார்ஜியும் தமிழனும் ரயிலில் ஒரே கம்பார்ட்மெண்டில் பயணம் செய்து கொண்டிருந்தார்கள். தமிழன் தன் கைக் கடியாரத்தில் ஸ்ட்ராப்பைக் கழற்ற முடியாமல் திணறுவதைப் பார்த்த சர்தார்ஜி உடனே அவர் கையைப் பிடித்து ஓர் உதறலில் கழற்றி விட்டு, 'உன் மாதிரி மதறாஸிகள் எல்லாம் கோதுமை சாப்பிட வேண்டும். அப்பத்தான் பலம் வரும்' என்றார்.

தமிழனுக்கு இதில் கோபம். கொஞ்ச நேரம் கழித்து ரயில் செல்லும்போது அதன் அபாயச் சங்கிலியை இழுப்பது போல் பாசாங்கு செய்தான். முடியவில்லை. சர்தார்ஜி உடனே தாவி, சங்கிலியை இழுத்து விட்டு, 'சொன்னேன் பாத்தியா? மதறாஸி கள் எல்லாம் கோதுமை சாப்பிட வேண்டும்.'

வண்டி நின்றது. கார்டும் ரயில்வே போலீஸும் வந்து சர்தார்ஜியை ஏன் இழுத்தாய் என்று கேட்டு, சொன்னதில் சமாதானமாகாமல், ஐநூறு ரூபாய் அபராதம் விதித்தார்கள்.

அவர்கள் சென்றதும், தமிழன் சர்தார்ஜியிடம் மெல்ல, 'உங்க மாதிரி பஞ்சாபிங்கல்லாம் அரிசி சாப்பிடணும். அப்பத்தான் மூளை வளரும்!'

# 25

## இரண்டு கேள்விகள்

**கேள்வி:** ஷோபா குறிப்பிட்ட 42வது தெருவுக்குச் சென்ற அனுபவம் உண்டா?

**சுஜாதா:** நியூ யார்க் 42வது தெரு, லண்டன் ஸோஹோ, டோக்கியோ கின்ஸா, பம்பாய் காமாட்டிபுரம், டில்லி ஜிபி ரோடு எல்லா நகரத்திலும் விபசார விடுதிகள் உள்ளன. சங்க காலத்தில் இருந்து இந்நாள் வரை இந்த வியாபாரத்தை அழிக்க இயலவில்லை. மனித சரித்திரத்தின் மிகப் பழமையான தொழில் இது என்பதில் கருத்து வேறுபாடு இல்லை.

நியூ யார்க்கின் 42வது தெரு விளிம்பில் சில சுவாரஸ்ய மான காட்சிகளைப் பார்க்கலாம். கண்ணாடி சன்னல் களுக்குள்ளே போதை மருந்துகளுக்கு என்று உண்டான அத்தனை சாதனங்களும் விற்பார்கள். வினோதமான, விபரீதமான லிப்ஸ்டிக்கும், புருவ மழிப்பும், பூப்பந்து தலையும் கொண்ட நீக்ரோக்கள் ஆள் சேர்ப்பார்கள். காசு போட்டால் திரை திறந்த கண்ணாடிக்குப் பின் கெட்ட காரியம். கொஞ்சம் அதிகமாகக் காசு கொடுத் தால் அவர்களுடன் சேர்ந்து கொள்ளலாம்.

இத்தனை நடக்கிறதே இதையெல்லாம் பற்றி ஏதும் கவலைப்படாமல் மர நிழலில் ஒரு டாலருக்குப் பெட் வைத்து உங்களுடன் செஸ் ஆடும் சிறுவர்கள். கொஞ்ச

தூரம் நடந்தால், உலகத்திலேயே மிகப் பெரிய புத்தகக் கடை பார்ன்ஸ் அண்ட் நோபில். மனிதனின் Promiscuityயின் சிகரமான இந்த 42வது தெருக்களின் ஆதிக்கம் இப்போது எய்ட்ஸ் பயத்தினால் குறைந் திருக்கிறது.

**கேள்வி:** ராம ஜன்ம பூமி, பாபர் மஸ்ஜித் சண்டைக்கு ஏதாவது விடிவு உள்ளதா?

**சுஜாதா:** 1. பத்திரிகை, டிவி மூலம் செய்தி வருவதைத் தடை செய்ய வேண்டும்.

2. மூன்று மாதம் கர்சேவர்களையும் முஸ்லிம்களையும் கிட்டே சேர்க்காமல் ஆறப்போட வேண்டும்.

3. ஹேக் நகரில் இருக்கும் உலகக் கோர்ட்டில் இந்தத் தாவாவைப் பாரபட்சமற்ற இந்தியரல்லாத நீதிக் குழுவினரிடம் சமர்ப்பிக்க வேண்டும். அவர்கள் தீர்ப்பை ஒப்புக் கொள்ள இரு சாராரும் சம்மதிக்க வேண்டும்.

4. இதையெல்லாம் விடச் சுலபமான வழி இந்தியா வில் குறிப்பாக உத்தரப் பிரதேசத்தில், ஏழைமை நீங்கி இரு சாராருக்கும் வேலை வாய்ப்புகள் அதிக ரித்து, பணம் சம்பாதிப்பதில், அவர்கள் கவனம் கலந்து விட்டால், ரத்தம் சிந்த நேரமிருக்காது.

# 26

## கம்பராமாயணம்

(கோவை கம்பன் கழக விழா)

இந்த விழாவில் பேசியவர்கள், பேசப் போகிறவர்கள் எல்லாரும் என்னைவிட அதிகமாகக் கம்பனைப் படித்து ஆராய்ந்து தேர்ந்தவர்கள். இவர்களுக்கிடையில் அரைகுறையான என்னை அழைத்துப் பேச வைத்திருப்பது, அதுவும் கம்பனைப் பற்றிப் பேச வைப்பதிலிருந்த நான் எவ்வளவு தூரம் தப்பாக மதிக்கப் பட்டிருக்கிறேன் என்பது தெரிகிறது. இருந்தும் இந்தச் செயலை இந்தப் பெரியவர்களின் பெருந்தன்மைக்கு உதாரணமாகக் கொண்டு தெரிந்ததைப் பேசுகிறேன். 'கல்லா தவரும் நனிநல்லர் கற்றார்முன் சொல்லா திருக்கப் பெறின்' என்று வள்ளுவர் எச்சரித்தாலும் 'அறையும் ஆடரங்கும் படப் பிள்ளைகள் தறைவில் கீறிடின் தச்சரும்' காய மாட்டார்கள் என்று கம்பனே உத்தரவாதமாய் சொல்வதால், 'ஆசை பற்றி' அறைகிறேன்.

கம்பராமாயணத்துடன் என் அறிமுகம் மற்ற எல்லாத் தமிழ் மாணவர்கள் போல, பள்ளிப் பாடத்தில்தான் கிடைத்தது. எஸ்.எஸ்.எல்.ஸி. அப்போது இண்டர்மீடியேட் கட்டாயப் பாடங்களில் கம்பராமாயணத்தின் சில உபத்திரவமில்லாத படலங்கள் திரும்பத் திரும்பப் பாடமாக வைக்கப்படும். எனக்கு அயோத்தியா காண்டத்தில் கைகேயி சூழ்ச்சிப் படலமும் குகப் படலமும் கிடைத்தது. மற்ற பேர் போல் 'ஆழிசூழ் உலகமெல் லாம்' போன்ற பாடல்களை நெட்டுருப் போட்டாலும், எனக்கு வாய்த்த தமிழாசிரியர்கள் குறிப்பாக ஸென் ஜோஸப் கல்லூரி யில் ஐம்பெருமாள் கோனார், கம்பனைப் பாடிப் பாடி சொல்லித்

தருவார் இனிமையாக. அதனால் கம்ப ராமாயணத்தின் மற்ற பாடல்களைத் தேடிப் பிடித்துப் படிக்கும் ஆர்வம் எனக்கு ஏற்பட்டது.

அதனுடன் அப்போது நான் டீடெய்ல்ட் பாடமாக 'ராவணன் மாட்சியும் வீழ்ச்சியும்' என்னும் புத்தகம் வைக்கப்பட்டிருந்தது. அதில் யுத்த காண்டத்தின் பல சிறந்த பாடல்கள் மேற்கோள் களாகக் காட்டியிருந்தது. அந்தச் சின்ன வயசிலேயே கம்பராமா யணம் ஒரு வித்தியாசமான நூல் என்பதை உணர வைத்தது. டி.கே.சி.யின் கம்பர் தரும் ராமாயணமும் கல்கி பத்திரிகையில் தொடர்ந்து வெளிவந்து கொண்டிருந்தது.

அப்போது, யாராவது ஜோஸியர், அந்த ராவணன் மாட்சியும் வீழ்ச்சியும் என்னும் நூலை எழுதிய பேராசிரியர் அ.ச.ஞான சம்பந்தன் அவர்களுடன் ஒரே மேடையில் நாற்பது வருஷம் கழித்துக் கம்பனைப் பற்றிப் பேசப் போகிறாய் என்று சொல்லி யிருந்தால் எனக்கு ஜோஸ்யத்தில் நம்பிக்கை வந்திருக்கும்.

கம்பனின் சொல்லாக்கமும் சந்தமும் உவமைத் திறனும் தமிழில் இன்று எழுதும் அத்தனை எழுத்தாளர்களையும் கவிஞர்களையும் ஏதாவது ஒரு விதத்தில் பாதித்திருப்பதை என்னால் நிரூபிக்க இயலும்.

ஆனால், அறிவியல் பயின்றவன் என்கிற ரீதியில் கம்பனில் உள்ள அறிவியல் கருத்துகள் என்னை வசீகரிக்கின்றன. அவைகளைப் பற்றிக் கொஞ்சம் பேசுவது பொருத்தமாகும் எனத் தோன்று கிறது.

முதலில் என்னைக் கவர்வது கடவுள் தத்துவம். கம்பன், ஒவ்வொரு காண்டத்தின் ஆரம்பத்திலும் ஒரு கடவுள் வாழ்த்துப் பாடலை வைத்திருக்கிறார். காவ்யம், ராமன் என்னும் அவதாரப் புருஷனைப் பற்றி இருந்தாலும், 'எம்பெருமான் பின் பிறந்தோர் இழைப்பரோ பிழைப்பு' என்று இராமனைப் பெருமான் ஸ்தானத்திற்குக் கதையில் போற்றி அடிக்கடி ஏற்றிச் சொன்னா லும், இந்தக் கடவுள் வாழ்த்துக்களில் கூறப்படும் கடவுள்கள் எல்லாம் மிகப் பொதுப்படையாகவே இருக்கின்றனர்.

'உலகம் யாவையும்' என்னும் முதல் பாட்டு உலகப் பிரசித்தம். எல்லாருக்கும் தெரியும். அதைவிட மற்ற காண்டங்களின் அறிமுகப் பாடல்கள் அந்த அலகிலா விளையாட்டுடைய

தலைவரை 'வான்நின்று இழிந்து வரம்பு இகந்த மாபூதத்தின் வைப்பு எங்கும் ஊனும் உயிரும் உணர்வும் போல் உள்ளும் புறனும் உளன்'' என்றும்,

'வேதம், வேதியர், விரிஞ்சன், முதலோர் தெரிகிலா,
ஆதி தேவர்.'

என்று குறிப்பிடுகிறார். இன்னொரு காண்டத்தில்,

'ஒன்றே என்னின், ஒன்றே ஆம்; பல என்று உரைக்கின்,
பலவே ஆம்;
அன்றே என்னின், அன்றே ஆம்; ஆம் என்று உரைக்கின்,
ஆமே ஆம்;
இன்றே என்னின், இன்றே ஆம்; உளது என்று உரைக்கின்,
உளதே ஆம்.'

என்று குறிப்பிடுகிறார். இது போன்ற வரிகள் நவீன க்வாண்டம் இயற்பியலின் இறுதி சிந்தனையாக வெளிப்படும் எதிர்மறைகளின் ஒருமைப்பாடாக வெளிவரும் கடவுள் தத்துவத்துக்கு ஒத்துப் போகிறது.

'தன்னுளே உலகங்கள் எவையும் தந்து, அவை தன்னுள்ளே நின்று, தான் அவற்றுள் தங்குவான், பின் இலன் முன் இலன், ஒருவன்; பேர்கிலன்' என்று சொல்லும் போது நவீன இயற்பியல் கருத்துக்களுக்கு வெகு அருகில் உள்ளது.

கம்பராமாயணத்தில் அன்றாட அறிவியல் செய்திகளும் ஆங்கங்கே கிடைக்கின்றன. அயோத்தி நகரத்து மதில்களை வருணிக்கும்போது 'நால்வகைச் சதுரம் விதி முறை நாட்டிய' ஆர்க்கிடெக்சர் கட்டட இயல் இருக்கிறது. அப்போது, தற்காப்புக்காகப் பயன்படுத்தப்பட்ட கருவிகளின் பட்டியல் இருக்கிறது.

'சினத்து அயில், கொலை வாள், சிலை, மழு, தண்டு, சக்கரம், தோமரம், உலக்கை, கனத்திடை உருமின் வெருவரும் கவண் கல்' என மேகத்தைத் தொடும் ராக்கெட்டுகள்கூட இருக்கிறது. கூர்ந்து கவனித்துப் பட்டியலிட்டிருக்கிறார். ஆராய்ச்சியாளர்களுக்கு உதவும். குறிப்பாக உலக்கையை எப்படிப் பிரயோகித்தார்கள் என்று யோசிக்கலாம்.

சீதையின் திருமணத்தின் போது திருமணச் சடங்கில் மணலை விரித்து தருப்பை சார்த்தி மென் மலர் கொண்டு நெய் சொரிந்து, எரி குழும் மூட்டி, தாரை வார்த்தல், தீவலம் வருதல், அம்மி மிதித்தல், அருந்ததி காணல் என்று விரிவாக உரைத்திருந்தாலும் தாலி பற்றி ஒரு வார்த்தை இல்லை. அது ஏன் என்றும் மேற்படி ஆராய்ச்சியாளர்கள் யோசிக்கலாம்.

தசரதனுக்கு வருவது 'ஹார்ட் அட்டாக்' என்று நம்ப இடம் இருக்கிறது.

''வேய் உயர் கானம், தானும், தம்பியும்,மிதிலைப் பொன்னும்
போயினன்' என்றான்; என்ற போழ்தத்தே ஆவி போனான்'

என்று பொசுக்கென்று போய் விடுகிறார்.

'நோயும் இன்றி, நோன்கதிர் வாள், வேல் இவை இன்றி மாயும்' என்று விரைவான மரணத்தைக் கம்பரும் குறிப்பிட்டிருக்கிறார்.

ஏரோப்ளேன் டேக் ஆஃபும் இருக்கிறது ஆரண்ய காண்டத்தில்.

'மண்ணின் மேல் அவன் தேர் சென்ற சுவடு எலாம் மாய்ந்து, விண்ணின் ஓங்கியது ஒரு நிலை' என ராவணன் தேர் தரையில் ஓடி ஜிவ்வென்று எகிறிப் பறந்ததன் சுவடுகள் தெரிகின்றன.

ராமாயணத்தில் வேதியியல் இருக்கிறது.

'துள்ளியின் இரதம் தோய்ந்து, தொல் நிறம் சுரந்து, வேற ஆய்
வெள்ளி போன்று இருந்த செம்பும் ஆம் என, வேறுபட்டார்.'

என்னும்போது, பாதரசத்தின் ஒரு துளி பட்டால் வெள்ளியையும் செம்பையும் வேறுபடுத்தி விடலாம் என்ற ரசாயன செய்தி வருகிறது.

நம் நாட்டு நவீனப் போர்கள் போல், ஒற்றர்களை அனுப்பும் முறையும் தெரிய வருகிறது. ராவணன் அனுப்பிய ஒற்றன் வந்து,

'அளவு நோக்கி குரங்கென உழல்கின்றான்'

என்னும்போது எதிரிகள்போல வேசம் மாற்றி அனுப்பும் வழக்கம் தெரிகிறது.

அந்த ஒற்றனை வீடணன் சுலபத்தில் கண்டுபிடித்துவிட, அவனைக் கொன்றுவிட வேண்டும் என பலர் வற்புறுத்த, இராமன்,

'தாம் பிழை செய்தாரேனும், தஞ்சம் என்று அடைந்தோர் தம்மை
நாம் பிழை செய்யலாமோ நலியலீர், விடுமின்!'

என்று விடுவிக்க அந்த ஒற்றனைப் பார்த்து, 'நோக்கினீர், தானை எங்கும் நுழைந்து, நீர்; இனி வேறு ஒன்றும் ஆக்குவது இல்லை ஆயின் அஞ்சல்' என்று அவனை போக்குதி விரைவின் என்று அனுப்பிவிட, 'உய்ந்தனம்' என்று போனார். போர்க் கைதிகளைக் கொல்லாத ஜெனிவா கன்வென்ஷனின் சாயல் இதில் தென் படுகிறது.

ராச்சியம் எப்படி நடத்த வேண்டும் என்று இராமன் கூறும் அறிவுரைகள் இன்றைய ஹர்ஷத் மேத்தா விவகாரம் வரை செல்லுபடியாகிறது.

'புகை உடைத்து என்னின், உண்டு பொங்கு அனல் அங்கு என்று உன்னும்
மிகை உடைத்து உலகம்; நூலோர் வினையமும் வேண்டற்பாற்றே;
பகையுடைச் சிந்தையார்க்கும், பயன் உறு பண்பின் தீரா
நகையுடை முகத்தை ஆகி, இன் உரை நல்கு'

என்று சுக்ரீவனுக்கு அறிவுரை கூறும்போது, அரசியலில் உள்ளவர்கள் முக்கியமாகப் பகைவர்களைப் பார்த்து கொஞ்சம் சிரிக்க வேண்டும் என்று சொல்கிறார்.

அந்தக் காலத்து 'ஸிவில் இன்ஜினியரிங்' முறைகள் யுத்த காண்டத் தில் இலங்கைக்கு அணை கட்டும்போது தெரிகிறது.

குரங்குகள் சேர்ந்து அணை கட்டினால் எப்படி இருக்கும்?

'பேர்த்தன மலை சில; பேர்க்கப் பேர்க்க, நின்று
ஈர்த்தன சில; சில சென்னி ஏந்தின;
தூர்த்தன சில; சில தூர்க்கத் தூர்க்க நின்று
ஆர்த்தன; சில சில ஆடிப் பாடின.'

இந்தக் காலத்தில் பெரிய கட்டடம் கட்டும்போது ஏறக்குறைய இதுதான் நிகழ்கிறது. சிலர் பேர்க்கிறார்கள்; சிலர் இழுக்கி

றார்கள். சிலர் சும்மா சப்தம் போடுகிறார்கள். சிலர் ஜலசா பாடுகிறார்கள்.

'காலிடை ஒரு மலை உருட்டி, கைகளின்
மேலிடை மலையினை வாங்கி, விண் தொடும்
சூலுடை மழை முகில் சூழ்ந்து சுற்றிய,
வாலிடை, ஒரு மலை ஈர்த்து, வந்தவால்.'

கம்பர் பக்கத்தில் இருந்து பாலம் கட்டுவதைப் பார்த்திருக்கிறார் என்று தோன்றுகிறது.

கம்பர் விவரிக்கும் மாயமான் ஒரு 'ரோபாட்' போல இயங்கு கிறது.

'காயம், கனகம்; மணி, கால், செவி, வால்;
பாயும் உருவோடு இது பண்பு அலவால்;
மாயம்...'

என்று இலக்குவன் அதைச் சொல்ல, இராமன்,

'நில்லா உலகின் நிலை, நேர்மையினால்
வல்லாரும் உணர்ந்திலர்; மன் உயிர்தாம்
பல் ஆயிரகோடி பரந்துளவால்;
இல்லாதன இல்லை இளங்குமரா!'

என்று கம்பர் அந்த நாட்களிலேயே எதிர்காலத்து அதிசயங் களுக்கு வழிவகுத்துள்ளார்.

இவ்வாறு பல அறிவியல் பூர்வமான கருத்துக்களை - செய்தி களைச் சொல்லிக் கொண்டே போகலாம். மருந்து இருக்கிறது. எப்படிப்பட்ட மருந்து?

'மாண்டாரை உய்விக்கும் மருந்து ஒன்றும் உடல் வேறு வகிர்களாக
கீண்டாலும் பொருந்துவிக்கும் ஒரு மருந்தும் படைக்கலங்கள் கிளைப்பது ஒன்றும்
மீண்டேயும் தம் உருவை வேருளுவதும் ஓர் மெய்ம்மருந்தும் உள வீர
ஆண்டேகி கொணர்தி.'

லைஃப் ஸேவிங் டிரக்ஸ், ப்ளாஸ்டிக் ஸர்ஜரி என்று பல கருத்துக்கள் தென்படுகின்றன இதில்.

கம்பன் காவியத்தில் தூரங்கள் யோசனைகளாகக் கணக்கிடப் பட்டன. யோசனை என்பது எத்தனை கிலோ மீட்டர் என்று ஆராய்ச்சியாளர்கள் யோசனை செய்யலாம்.

'எம் மலைக்கும் அரசு ஆய வடமலை' என இமய மலையைக் குறிப்பிட்டு, 'அம் மலையின் அகலம் எண்ணின், மொய்ம் மலைந்த திண் தோளாய்! முப்பத்து ஈர் ஆயிரம்' யோசனைகள் என்கிறார்.

மேருவிலிருந்து ஒன்பதாயிரம் யோசனை நீலகிரி, அதிலிருந்து நாலாயிரம் யோசனை 'மருந்து வைகும் கார் வரை' என்னும் போது, எளிய ஸர்வே முறைகள் அவர் காலத்தில் இருந்திருக்க வேண்டும். இல்லையேல் முப்பத்து இரண்டாயிரம் என்று அத்தனை சரியாகச் சொல்ல முடியாது.

பிரம்மாஸ்திரத்தை வருணிப்பது அணு ஆயுதம்போல் தான் தெரிகிறது.

'கோடி கோடி நூறாயிரம் சுடர்க் கணைக் குழாங்கள் மூடி மேனியை முற்றுறச் சுற்றின மூழ்க' என்னும்போது மிகப் பெரிய ஆயுதம்தான் அது.

அதுபோல், இராமன் திரும்பும் புஷ்பக விமானத்தில் பல பேருக்கு இடம் இருக்கிறது. போயிங் 747ஐ விட பெரிசாக இருந்திருக்க வேண்டும்.

'...சூரியன் மகனும்
மன்னு வீரரும், எழுபது வெள்ள வானரரும்,
கன்னி மா மதில் இலங்கை மன்னொடு கடற் படையும்,
துன்னினார், நெடும் புட்பகமிசை ஒரு சூழல்.'

என்ற அந்தப் பெரிய விமானத்தில் இன்னமும் இடம் இருக்கிறதாம்.

'பத்து நால் என அடுக்கிய உலகங்கள் பலவின்
மெத்து யோனிகள் ஏறினும், வெற்றிடம் மிகுமால்...'

என்று Space Station அளவுக்குச் சொல்கிறார்.

அனுமன் மருத்துவ மலையை எடுத்து வரச் செல்லும்போது நிஜமாகவே அல்ட்ராஸானிக் வேகத்தில்தான் சென்றிருக்க வேண்டும்.

'தோன்றினன் என்னும் அச் சொல்லின்
முன்னம் வந்து ஊன்றினன்.'

என்கிறார். இவ்வாறு பல கருத்துகளைக் கொண்ட கம்பராமாயண காலத்தில் இந்தச் சாதனங்கள் எல்லாம் இருந்தன என்று சொல்ல வரவில்லை நான். அபார கற்பனை மிக்க ஒரு இலக்கியக் கர்த்தாவால் எதிர்காலத்தை நோக்க முடியும் என்பதே என் வாதம்.

நாங்கள் எழுதும் 'சைன்ஸ் ஃபிக்ஷன்' எல்லாமே அதுதானே? கம்பன்தான் முதல் Science Fiction எழுத்தாளன் என்பேன்.

கம்பனின் கருத்துகளுக்கெல்லாம் மகுடம் வைத்தது போல் அவன் கண்ட யுடோப்பியா அமைந்தது என்பேன். எல்லாருக்கும் ஓர் ஆதர்ச தேசம் உண்டு. ஒரு யுடோப்பியா, ஒரு எல் டராடோ. கம்பனின் ஆதர்ச தேசத்தின் மிக விஸ்தாரமான வர்ணனை பால காண்டத்தில் இருக்கிறது. வாங்கிப் படித்துப் பாருங்கள்.

சலுகை விலையில் கிடைக்கிறது. வாங்குபவர்களுக்குச் சகல சௌபாக்கியங்களும் வாகன சௌகர்யங்களும் வடக்கு திசையில் இருந்து நற்செய்தியும் தனலாபமும் கிடைக்கும்.

ஆற்றுப் படலத்திலும் நகரப் படலத்திலும் கோசல நாடும் அயோத்தி நகரும் எந்த வகையில் சிறந்து இருந்தன என்று சொல்கிறார்.

'ஆலவாய்க் கரும்பின் தேனும், அரி தலைப் பாளைத் தேனும்,
சோலை வீழ் கனியின் தேனும், தொடை இழி இறாலின் தேனும்,
மாலைவாய் உகுத்த தேனும், வரம்பு இகந்து ஓடி வங்க
வேலைவாய் மடுப்ப உண்டு, மீன் எலாம் களிக்கும் மாதோ.'

என்று அக்காலத்து அயோத்தியில் தேன் பாய்ந்தது என்றார்.

இந்த நாட்களில் ரத்தம் பாய்கிறதை அவர் எதிர்பார்த்திருந்தால்,

'வண்மை இல்லை, ஓர் வறுமை இன்மையால்;
திண்மை இல்லை, ஓர் செறுநர் இன்மையால்;

உண்மை இல்லை, பொய் உரை இலாமையால்;
வெண்மை இல்லை, பல் கேள்வி மேவலால்.'

என்று எழுதிய கம்பர் வேறு விதமாக,

'கடைகள் இல்லை, ரேஷன் கார்டிலாமையால்;
விடைகள் இல்லை, ஓர் வினாவிலாமையால்;
லஞ்சமில்லை, ஓர் துரோகமின்மையால்;
லஞ்சமில்லை, அரிசிப் பஞ்சமின்மையால்;
இச்சையில்லை, ஓர் காமமின்மையால்;
பிச்சையில்லை, ஏழ்மையின்மையால்;
வாயில் இல்லை, குறுக்கு வழி இலாமையால்;
கோயில் இல்லை, பாபர் மசூதி இலாமையால்.'

என்று எழுத விரும்பியிருப்பார்.

நன்றி, வணக்கம்.

# 27

## பாரதிதாசனும் தந்தை பெரியாரும்

*பார*திதாசன் கவிதைகளுடன் எனக்கு மாணவப் பருவத்திலிருந்தே பரிச்சயம். அப்போதெல்லாம் எனக்கு மரபுக்கவிதை மீது அளவிலாத மோகம் உண்டு (இப்போதும்தான்). வெண்பா விருத்தம் போன்ற வடிவங்களை எளிமையாகப் பயன்படுத்திய நாமக்கல் கவிஞர், தேசிக விநாயகம் பிள்ளை, சதுசு யோகியார், சுத்தானந்த பாரதி ஆகியோரின் கவிதைகளைப் படித்திருக்கிறேன்.

பாரதிதாசன் புதுச்சேரியில் இருந்தார். அப்போது குயில் என்று ஒரு பத்திரிகை வந்தது. பார்த்த ஞாபகம். கவிதைக்காகவே தொடங்கப்பட்ட பத்திரிகை. பாரதிதாசனையும் பாரதியையும் ஒரே நோக்கில் பார்ப்பது இப்போது பலருக்குப் பழக்கமாகி விட்டது. பாரதியின் கவிதைகளில் ஆழ்ந்த ஈடுபாடு கொண்ட சுப்புரத்தினம் என்கிற கவிஞர் தன் பெயரையே அவருக்குத் தாசனாக்கினார். ஆரம்ப காலத்தில் மட்டும் பாரதி பாதையில் சென்ற அவருடைய தாசனைப் பாரதியுடன் ஒப்பிடுதல் கவிஞருக்கே பிடிக்காது என்று தோன்றுகிறது.

என் எண்ணத்தில் இருவரும் வேறு வேறு கவிஞர்கள். அவர்கள் குறிக்கோள்களும் வேறுபட்டிருக்கின்றன. ஏதாவது ஒற்றுமை என்றால், சரளமான சந்தத்துடனும் யாப்புடனும் கவிதை எழுதுவது திறமைதான். இதைத் தவிர இருவர் கவலைகளும் கவிதைகளும் வேறு. பாரத தேச விடுதலைக்குப் பாடினார் பாரதி. பாரதிதாசன் கவிதை எழுதிய காலங்களில் தேச விடுதலை என்பது

எடைக்குப் போகிற நிலையில் இருந்தது. அதனால் அவர் கவலைகள் வேறு திசையில் இருந்தன. மேலும், பாரதிதாசனின் ஆரம்பகாலக் கவிதைகளையும் பிற்காலக் கவிதைகளையும் ஒப்பிடும்போது, அவருக்குக் கொஞ்சம் கொஞ்சமாகப் பாரத தேசம் என்பதில் உள்ள நம்பிக்கை தளர்ந்து வந்திருப்பதைக் கவனிக்கலாம். அதற்குப் பதிலாக, சமூகச் சீர்திருத்த ஆர்வம் மேலோங்கியது.

தமிழின் மேல் காதல் கொண்டு எழுதிய காவியங்களும் தனிப் பாடல்களும் பெண் விடுதலை முன்னேற்றத்துக்கு உபதேசங்கள். இவ்வாறான பொருள்களின் மேல் பல பாடல்கள் இயற்றினார் பாரதிதாசன்.

என் கணிப்பில், அவர் முதன்மையான சிறப்பு மிகுந்த அழ குணர்ச்சியுடைய கவிஞர். அதை முதலில் பார்ப்போம். அழ குணர்சி என்பதை Aesthetics என்று ஆங்கிலத்தில் சொல்வார்கள். தெளிவான, அழகான வார்த்தைகளைக் கொண்டு, அழகான சந்தத்தில் அழகான விஷயங்களை வர்ணிக்கும் இனிய கவிதை கள் எத்தனையோ பாரதிதாசனிடமிருந்து பிறந்திருக்கின்றன. அழகு என்பதையே ஒரு பெண்ணாகப் பார்க்கிறார் கவிஞர்.

> 'காலையிளம் பரிதியிலே அவளைக் கண்டேன்
> கடற்பரப்பில் ஒளிப்புனலில் கண்டேன் அந்தச்
> சோலையிலே மலர்களிலே தளிர்கள் தம்மில்
> தொட்டவிடம் எலாம்கண்ணில் தட்டுப் பட்டாள்
> மாலையிலே மேற்றிசையில் இலகு கின்ற
> மாணிக்கச் சுடரிலவள் இருந்தாள் ஆலஞ்
> சாலையிலே கிளைதோறும் கிளியின் கூட்டம்
> தனிலந்த அழகென்பாள் கவிதை தந்தாள்.'

இளங்கதிர் எழுந்தான். அங்கே இருளின் மேல் சினத்தை வைத்தான் என்று சூர்யோதயத்தைப் பார்க்கிறவர்,

> 'அருவிகள், வயிரத் தொங்கல்!
> அடர்கொடி, பச்சைப் பட்டே!
> குருவிகள், தங்கக் கட்டி!
> குளிர்மலர், மணியின் குப்பை!'

இதற்கு மேல் திகட்டும்படியாக அழகான விஷயங்களைச் சொன்னவர்கள் தமிழில் யாரும் இல்லை.

இந்த அழகுணர்ச்சி மெல்ல மெல்ல இயற்கை அழகின் சிரிப்பிலிருந்து தமிழுக்குத் தாவுகிறது.

தமிழை 'என் வியப்பின் வைப்பு' என்று கூறும் கவிஞர்,

'...நீயோ கருமான்செய் படையின் வீடு!
நான் அங்கோர் மறவன்! கன்னற்
பொருள்தரும் தமிழே நீ ஓர்
பூக்காடு; நானோர் தும்பி!'

என்று சொல்லி, காடு முழுவதும் பூவாக இருக்க, அதில் சுதந்தரமாகப் பிறந்து, இருந்த இடத்தில் எல்லாம் விருந்தாகத் தேன் குடிக்கும் தும்பி போலத்தான் பாரதிதாசன் தமிழை ரசிக்கிறார்.

'கனியிடை ஏறிய சுளையும் முற்றல்
கழையிடை ஏறிய சாறும்
பனிமலர் ஏறிய தேனும் - காய்ச்சுப்
பாகிடை ஏறிய சுவையும்
நனிபசு பொழியும் பாலும் - தென்னை
நல்கிய குளிரிள நீரும்
இனிய என்பேன் எனினும் - தமிழை
என்னுயிர் என்பேன் கண்டீர்.'

என்று தமிழின் இனிமையைப் பற்றிப் பாடிய கவிஞர், அதன் இனிமையில் தன்னை முழுவதும் மறந்து விடாமல் சில நடைமுறை யோசனைகளையும் தந்துள்ளார்:

'எளிய நடையில் தமிழ்நூல் எழுதிடவும் வேண்டும்.
இலக்கண நூல் புதிதாக இயற்றுதலும் வேண்டும்.
வெளியுலகில், சிந்தனையில் புதிது புதிதாக
விளைந்துள்ள எவற்றினுக்கும் பெயர்களெல்லாங் கண்டு
தெளியுறுத்தும் படங்களொடு சுவடியெலாம் செய்து
செந்தமிழைச் செந்தமிழாய்ச் செய்வதுவும் வேண்டும்...'

இதைத்தான் நாங்கள் எல்லாரும் முயன்று கொண்டிருக்கிறோம்.

'...இலவச நூற் கழகங்கள் எவ்விடத்தும் வேண்டும். எங்கள் தமிழ் உயர்வென்று நாம் சொல்லிச் சொல்லித் தலைமுறைகள் பலகழித்தோம்; குறைகளைந் தோமில்லை.'

என்று கவிஞர் குறைப்பட்டுக் கொள்வது இப்போதும் செல்லுபடியாகும் கருத்தாக உள்ளது வருத்தமாக இருக்கிறது.

காதலைப் பற்றி எழுதும்போது, பாரதிதாசன் மிகுந்த உற்சாகத்தின் உச்சியில் இருக்கிறார்.

சம்பிரதாயமான காதல் பாடல்களை விட்டு, அவர் கவிதையில் எழுதிய ஒரு காதல் கடிதத்தை எடுத்துக் காட்ட விரும்புகிறேன்.

**காதலியியின் கடிதம்**

என் அன்பே,
இங்குள்ளார் எல்லோரும்
    சேமமாய் இருக்கின்றார்கள்;
என் தோழியர் சேமம்!
    வேலைக்காரர் சேமம்! இதுவுமன்றி
உன்தயவாம் எனக்காக உன்வீட்டுக்
    களஞ்சியநெல் மிகவுமுண்டே,
உயர் அணிகள் ஆடைவகை ஒவ்வொன்றில்
    பத்துவிதம் உண்டு. மற்றும்
கன்னலைப்போல் பழவகை பதார்த்தவகை
    பட்சணங்கள் மிகவுமுண்டு.
கடிமலர்ப்பூஞ் சோலையுண்டு. மான் சேமம்.
    மயில் சேமம். பசுக்கள் சேமம்.
இன்னபடி இவ்விடம்யா வரும் எவையும்
    சேமமென்றன் நிலையோ என்றால்,
'இருக்கின்றேன்; சாகவில்லை' என்றறிக.

சரளமான அன்றாட விஷயங்களையும் கவிதைப்படுத்தும் திறமை பாரதிதாசனிடம் அதிகமாகவே இருந்திருக்கிறது.

'பொழுது விடியும் புதுவையில் ஓர் வீட்டில்
விழி மலர்ந்த பாரதியார் காலைவினை முடித்து
மாடிக்குப் போவார் கடிதங்கள் வந்திருக்கும்
வாடிக்கையாக வரும் அன்பரெல்லாம் வந்திருப்பார்
சென்னைத் தினசரியின் சேதி சில பார்ப்பார்
முன்னாள் அனுப்பிய கட்டுரையும் பாட்டும்
சரியாய் படிந்ததுண்டா இல்லையா என்று
வரி மேல் விரல் வைத்து வாசப்பார் ஏட்டை.'

இவ்வாறான கதை சொல்லும் பாணியில் மிகச் சுலபமான நடையில் பல கவிதைகளை எழுதியுள்ளார், பாரதிதாசன். தந்தை பெரியாரைப் பற்றி ஒரே ஒரு பாட்டுத்தான் எழுதியிருக்கிறார். வாழ்க ஈ.வே. ராமசாமி பெரியார் என்கிற தலைப்பில்.

'மூடக் கொள்கை மொய்க்கக் கண்டார்
முழக்குகின்றார் அறிவுச் சங்கம்
ஓடச் செய்தார் அவிவேகத்தை
ஓதும் ராமசாமிப் பெரியார் வாழ்கவே.'

என்கிற வகைப் பாடல்.

இது ஒன்றுதான் நான் தேடிக் கண்டுபிடித்தது. ஆனால், பெரி யாரின் கொள்கைகள், அவருடைய கவிதைகளை மெல்ல மெல்ல பாதித்தது. அவருடைய மன நிலையை மாற்றியது என் பதற்கு ஆதாரங்கள் உள்ளன.

பாரதிதாசன் ஆரம்ப காலத்தில் ஆன்மிகப் பாடல்கள், சுப்பிர மணியர் துதியமுது, சண்முகக் கடவள் பஞ்சரத்னம் என்றெல் லாம் வசீகரமான காவடிச் சிந்து போன்ற வடிவங்களில் எழுதி யிருக்கிறார்.

மெல்ல மெல்ல பெரியாரின் பகுத்தறிவுக் கொள்கைகளுக்கு ஆட்பட்டதால், அவரிடம் ஒரு விதமான 'ட்ரான்ஸிஷனை' உணர முடிகிறது. பிற்காலக் கவிதைகளில் கடவுளை சில தர்ம சங்கட மான கேள்வி கேட்க ஆரம்பித்தார்.

'பசிக்குமா கல்லுக்கும் செம்புக்கும்
பாலொடு பழமா? கொடுக்
காவிடில் அழுமா?'

என்றெல்லாம் கேட்டாலும் கடவுள் இல்லை என்பதை இன்னும் அவர் ஏற்கவில்லை.

'எங்கும் நிறைந்ததே கடவுள்
எண்ணிப் பாரப்பா'

என்றும்

'எவ்வுயிரும் பராபரன் சன்னிதி அப்பா பெரியார்
சொன்னது தப்பா எவ்வுயிர்தான் கல்லிலும் செம்பிலும்
இருக்குமோ செப்பாய்?'

என்றும் உருவ வழிபாட்டைத்தான் சாடுகிறார்.

பின்னர் 1933ல், நான் ஒரு நிரந்தர நாத்திகன் என்று பதிவேட்டில் கையொப்பமிட்டார். பாரதிதாசன், கடவுளை இப்போது கேட்கும் கேள்வி முழுவதும் தந்தை பெரியாரின் கேள்வி:

'மனைமக்கள் தூங்கினர் நள்ளிரவில் விடைபெற்று
வழிநடைத் தொல்லை இன்றி
மாபெரிய சிந்தனா லோகத்தை அணுகினேன்
வந்தார்என் எதிரில் ஒருவர்.

எனை அவரும் நோக்கியே 'நான் கடவுள் நான் கடவுள்'
என்று பலமுறை கூறினார்.
'இல்லைஎன் பார்கள்சிலர் உண்டென்று சிலர்சொல்வர்
எனக்கில்லை கடவுள் கவலை'

எனஉரைத் தேன்.. அவர் 'எழுப்புசுவர் உண்டெனில்
எழுப்பியவன் ஒருவனுண்டே
இவ்வுலகு கண்டுநீ நானும்உண்டென அறிக'
என்றுரைத்தார். அவரை நான்

'கனமான கடவுளே உனைச் செய்த சிற்பி எவன்
காட்டுவீர்' என்ற வுடனே

கடவுளைக் காண்கிலேன்! அறிவியக் கப்புலமை

கண்ட பாரத தேசமே!'

இந்தப் பாடலை பாரதிதாசன் இரண்டு முறை திருத்தியிருக்கிறார். சிந்தனா லோகத்தை 'நினைவென்ற உலகமா'க மாற்றினார்; பாரத தேசத்தை 'அன்னை பூமி'யாக மாற்றினார். ஆனால், ஆதார கேள்வி மாறவில்லை.

அண்மையில் கவிஞர் அப்துல் ரகுமான் இந்தக் கேள்வியை வேறு விதமாகக் கேட்கிறார். கடவுளே நீ இந்துவா, முஸ்லிமா என்று.

தந்தை பெரியார் இதே கேள்வியை இன்னும் ஆணித் தரமாகக் கேட்கிறார்.

'மனிதனுக்கு எதற்காக கடவுள் தேவைப்பட்டது என்பது எனக்கு இன்னமும் விளங்கவில்லை. அதிலும் கடவுளை நம்பும் எவனும் அதன் சர்வ சக்தியில் நம்பிக்கை வைப்பதே இல்லை. எவனும் சம்பிரதாயத்துக்காக கடவுள் செயல் என்றானே தவிர, காரியத்தில் மனிதன் செயல் என்றும், தன் செயல் என்றும் இயற்கை என்றும் அகஸ்மாத்து தற்சம்பவம் என்றும் ஆக்ஸிடெண்ட் என்றுதான் முடிவு செய்து கொண்டவனாகிறான். சர்வம் கடவுள் செயல் என்று சொல்கிற எவனும் சர்வத்திற்கும் தற்காப்புச் செய்து கொள்ளாமல் இருப்பதில்லை. சர்வம் கடவுள் செயலாக இருக்கும்போது, நாத்திகன், கடவுள் பற்றிச் சிந்திப்பதில்லை. மற்றும் சர்வத்திலும் வியாபகமாக இருக்கிற கடவுள் மக்களுக்கு ஏன் தான் இருப்பதாகத் தன்னைத் தானாகத் தெரிந்து கொள்ளச் செய்ய முடியவில்லை என்பதைச் சிந்திக்கவே மாட்டேன் என்கிறான்... ஒரு சர்வ சக்தியுள்ள கடவுளுக்குத் தன்னைப் பற்றித் தெரிவித்துக் கொள்ள தன் உருவத்தை விளக்கச் சக்தியில்லை.

'பிறகு, முன் ஜன்மம், பின் ஜன்மம், கருமம், விதி, நரகம், சொர்க்கம், வைகுடம், கைலாயம் இப்படி இன்னும் பல பைத்தியக்காரனுக்குக் கள் ஊற்றியது போல உளறல் மேல் உளறல்கள். மனிதனுக்குப் பிறப்பு முதல் சாவு வரை எத்தனையோ துன்பமும் தொல்லையும் இருக்க, இந்தக் கடவுள் கருமம் மோட்ச நரகத் தொல்லைகள் ஒரு புறம் சித்திரவதை செய்கின்றன. ஜீவகோடிகள் பிறப்புக்கும் வாழ்வுக்கும் சாவுக்கும் இடையில் அனுபவிக்கும் இன்பம், துன்பம், கவலை, தொல்லை

முதலிய காரியங்களுக்கு அவசியம் என்ன என்பதை எவனாலும் இதுவரை தெரிந்து கொள்ள முடியவில்லையே. இத்தனைக்கும் கழுதை, குதிரை, நாய், நரி, எருமை, யானை, புலி, சிங்கம், ஈ, எறும்பு முதலான எண்ணிறந்த ஜீவராசிகளைவிட அதிகமான அறிவு பகுத்தறிவு படைத்தவன் ஆவான் மனிதன்.

'இந்தப் பகுத்தறிவின் பயனால்தான் மற்ற ஜீவப் பிராணிகளுக்கு இல்லாத தொல்லையை மனிதன் அனுபவிக்கிறான். காரணம் இந்தப் பாழாய்ப் போன கடவுளால்தான் அதிகத் தொல்லை என்பேன். உள்ளதைப் பங்கிட்டு உண்பது, உழைப்பைப் பங்கிட்டுச் செய்வது என்ற நிலை ஏற்பட்டால் கடவுளுக்கு வேலையோ அவசியமோ இருக்காது.'

இவ்வளவு விஸ்தாரமாக பெரியார் அவர்களின் கருத்தை நான் எடுத்துக் காட்டுவதினால் அந்தக் கருத்துடன் நான் முழுவதும் ஒத்துப் போகிறேன் என்பதல்ல.

பெரியார் கேட்கும் கேள்விகள் நவீன மனிதன், ஐரோப்பிய சிந்தனையாளர்கள் அனைவரும் கேட்கும் கேள்வி. பகுத்தறிவு ஒரு சாபக் கேடு என்பது ஒருவிதமான Existentialist Crisis என்று சொல்ல முடியும்.

ஏன் சில நூற்றாண்டுகளுக்கு முன்னமே சிவவாக்கியர் போன்ற சித்தர்களும் கேட்ட கேள்வி.

'ஓசை உள்ள கல்லைநீர்
    உடைத்திரண்டாய் செய்துமே
வாசலில் பதித்த கல்லை
    மழுங்கவே மிதிக்கிறீர்
பூசைக்கு வைத்த கல்லில்
    பூவும் நீரும் சாத்துறீர்
ஈசனுக்கு உகந்த கல்
    எந்த கல்லு சொல்லுமே?'

முக்கியமாக பெரியாரின் தெளிவான சிந்தனைகளும் ஆணித் தரமான கேள்விகளும் நேரடியாக முகத்தில் பளிச்சென்று அடித்தது போல சொல்லப்படும் கருத்துக்களும், அவரைத் தமிழில் இந்த நூற்றாண்டின் மிகப் பெரிய தொடர்பாளராக

(கம்யூனிக்கேட்டர்) ஆக்கிவிட்டது என்று தைரியமாகச் சொல்வேன். அவருடைய இந்தக் குணம், மனத்துக்கு மனம் நேரடித் தொடர்பு அமைக்கும் வார்த்தை வளமும் கருத்தும் தெளிவும் எந்த எழுத்தாளனும் பொறாமைப்பட வேண்டிய விஷயம்.

பெரியாரின் கேள்விகளுக்கு இன்றைய அறிவியல் வேறு விதமான பதில் சொல்கிறது. இன்றைய க்வாண்டம் இயற்பியல், காஸ்மாலஜி சிந்தனைகளின்படி மனிதனுக்கு ஒரே ஒரு தருணத்தில் கடவுள் தேவைப்படுகிறார். அது ப்ரபஞ்சத்தின் ஆரம்ப கணம். முழுக்க முழுக்க வெறுமையிலிருந்து சூன்யமற்ற சூன்யத்தில் இருந்து Big bang என்னும் வெடிப்பு ஏற்பட்டு அதிலிருந்து சிதறிய சக்தியும் துகளும் அண்ட சராசரங்களும் மெல்ல மெல்லக் குளிர்ந்து நட்சத்திரக் கூட்டங்களாகி, நட்சத்திரங்களாகி, கிரகங்களாகி, கோடானுகோடி வருஷங்கள் கடந்து, சூரியன் உருவாகி பூமி பிறந்து அது குளிர்ந்து தணிந்து முதல் உயிர் உண்டான பின், பரிணாம தத்துவத்தின்படி இன்னும் சிக்கலான உயிர்கள் உண்டாகி, இன்று இந்த சேலத்துப் பொதுக் கூட்டம் வரை நடந்ததை எல்லாம் இயற்பியலும் உயிரியலும் ஏறக்குறைய விவரித்து விட்டன.

அவர்கள் கண்டுபிடித்தது பரிசோதனைகள் மூலம் கண்டு அறியப்படும் உண்மைகளோடு ஒத்துப் போகிறது. எனவே, பெரியார் சொன்னபடி கடவுளுக்கு அதுவும் 'மும்மூர்த்திகள் உக்ர மாரி, காத்தவராயன், மதுரை வீரன், கருப்பண்ணன், கல்லுகள், படங்கள், பட்சிகள், மிருகங்கள், மரங்கள், சாணி உருண்டைகள், செத்துப் போன மனிதர்கள்' முதலியன எத்தனையோ பண்டங்கள் கடவுளாக ப்ரொமோஷன் பெறத் தேவையில்லை. ஆனால், அந்த முதல் கணத்தை, அதை ஒரு Singularity என்கிறார்கள். அதற்கு, அதை உண்மைப்படுத்த ஒரு கடவுள் இன்னமும் தேவைப்படுகிறார்.

பெரியார் சொன்னார்: 'ஒரு கடையில் எல்லா சாமான்களும் கிடைக்கும் என்றால், அந்தக் கடையில் உள்ள எல்லா சாமான்களையும் நாம் வாங்கிக் கொண்டு வருவோமா? நமக்குத் தேவையான சாமான்களை மாத்திரந்தான் வாங்கி வருவோம். அது போலவே வேண்டியதை எடுத்துக் கொண்டு, வேண்டாததை விட்டு விடுங்கள் என்று கூறுகிறேன்.'

அது, அவர் திருக்குறளைப் பற்றிச் சொன்னது.

அதையே பெரியாரின் கருத்துக்களுக்கும் நாம் எல்லோரும் கடைப்பிடிக்க முடியும். எனக்கு வேண்டிய கருத்துக்கள் அவரிடம் நிறைய இருக்கின்றன.

அவர்தம் சிந்தனா சக்தியின் கூர்மையும் கருத்துத் தெளிவும் பல விஷயங்களை என்னால் ஒத்துக் கொள்ள வைக்கிறது.

பலவற்றை ஒத்துக் கொள்ள முடிவதில்லை.

'நான் சொல்லும் சில கருத்துக்கள் இன்று தலைகீழ் புரட்சியாக சிலருக்குத் தோன்றுகின்றன. அடுத்த 20 வருடங்களில் என்னையே மகா பிற்போக்குவாதி என்று அன்றைய உலகம் கூறும். அறிவு வளர்ச்சியின் வேகம் அவ்வளவு அதிகமாயிருக்கிறதே? மாறுதலுக்குக் கட்டுப்பட்டதன்றோ இவ்வுலகம். மாறுதலுக்கு வளைந்து கொடாத மனிதன் மாய வேண்டியதுதானே!' என்று அவரே சொல்லியிருக்கிறார். பெரியார் வாழ்ந்த காலத்தில் இருந்து இன்றைய நாள் வரை அறிவியல் ஞானம் மிக மாறி வந்திருக்கிறது. நம் உயிர் வாழ்வதன் இரகசியம் புரிந்து விட்டது. பிரபஞ்சத்தின் ஆரம்பம் புரிந்து விட்டது. அணுக்களுக்குள் இருக்கும் துகள்களின் ரகசியமும் இவையனைத்தும் நம் சிந்தனைகளை மாற்றி விட்டன.

ஆனால், பெரியார் தேடிய குறிக்கோள் என்ன ஆயின என்று பார்க்கலாம்: 'ஈ.வே. ராமசாமி என்கிற நான் திராவிட சமுதாயத்தைத் திருத்தி உலகில் உள்ள மற்ற சமுதாயத்தினரைப் போல் மானமும் அறிவும் உள்ள சமுதாயமாக ஆக்கும் தொண்டை மேற்போட்டுக் கொள்ள அதே பணியில் இருப்பவன்.

'அந்தத் தொண்டை செய்ய எனக்கு யோக்கியதை இருக்கிறதோ, இல்லையோ, இந்த நாட்டில் அந்தப் பணி செய்ய யாரும் வராததினால் நான் அதை மேற்போட்டுக் கொண்டு தொண்டாற்றி வருகிறேன்.

'இதைத் தவிர வேற பற்று ஒன்றும் இல்லாததாலும் பகுத்தறிவையே அடிப்படையாகக் கொண்டு, கொள்கைகளையும் திட்டங்களையும் வகுப்பதாலும் நான் அத்தொண்டுக்குத் தகுதியுடையவன் என்று கருதுகிறேன். சமுதாயத் தொண்டு செய்பவனுக்கு இது போதும் என்று கருதுகிறேன்.'

அவர் விட்டுப் போன சமுதாயத் தொண்டு இன்று எந்த நிலையில் இருக்கிறது என்று யோசித்துப் பார்த்தால், பெரியாரை நாம் மெல்ல மறந்து கொண்டிருக்கிறோம் என்பதுதான் அதிர்ச்சி தரும் உண்மை. அவருடைய பிறந்த, இறந்த தினங்களின்போது படத் துக்கும் சிலைக்கும் மாலை போடுவதோடு சரி, அவர் ஆரம்பித்த சீர்திருத்தங்கள் ஒரு குறிப்பிட்ட இனத்தின் மேல் மட்டும் வெறுப் பாகத் தேய்ந்திருக்கிறது. சில தீச்சட்டி ஊர்வலங்கள், சிலை உடைப்புகளுடன் திருப்தியடைந்து நின்று போயிருக்கிறது. அவர் விரும்பிய பெண் விடுதலை இன்னும் இந்த திராவிட நாட்டில் வரவில்லை. சமூகப் புரட்சி நோக்கங்கள் அரசியல் நோக்கங்களாக மாறிப் போய் விட்டன.

தமிழர்கள் பெரியவர்களை மறப்பதில் கெட்டிக்காரர்கள். இது ஓர் இந்தியப் பண்பு என்றே சொல்வேன். இன்றைக்கு காந்தி யடிகள், ராஜாஜி, பெரியார், காமராஜர், அண்ணா, எம்.ஜி.ஆர். போன்றோர்களை நாம் அவரவர் பிறந்த இறந்த தினங்களில் மட்டும் ஞாபகம் வைத்துக் கொண்டு மற்ற தினங்களில் ஸ்டார் டி.வி. பார்த்துக் கொண்டு, குஷ்பு, ஜொள்ளுப் பார்ட்டி போன்ற முக்கியமான விஷயங்களில் ஈடுபட்டு மெல்ல மெல்ல நம் சமூக அவலங்களைக் கண்டு திடுக்கிடாமல் சகித்துக் கொள்ளப் பழகி வருகிறோம்.

'உள்ளதைப் பங்கிடடு உண்பது, உழைப்பைப் பங்கிட்டுச் செய்வது' என்று அவர் விரும்பிய எளிய சமுதாய மாற்றம்கூட இன்னும் வரவில்லை.

பாரதிதாசனின் அனைத்துக் கவிதைகளும் இப்போது தமிழ் நாட்டின் பொதுச் சொத்தாகி மக்களுக்குக் கிடைக்கிறது. பெரியார், டாக்டர் அம்பேத்கரின் அளவுக்குச் சமூகச் சீர்திருத்தம் கொண்டு வர முயன்றவர். அம்பேத்கரின் நூல்கள் அனைத்தை யும் மராட்டிய மாநில அரசு பதிப்பித்திருக்கிறது. அவைகளைப் படிக்க விரும்புவோர்க்குப் புத்தகம் வாங்க கடன் தொகை வங்கிகளில் கொடுக்கிறார்கள். அதுபோல் பெரியாரின் கருத்துக் கள் அனைத்தும் தமிழ் நாட்டின் பொதுச் சொத்தாக்கி படிக்க விரும்புவோர்க்கு எளிதில் கிடைக்க வசதி செய்ய வேண்டும்.

# 28

## கார்த்திகேயன்

திரு. கார்த்திகேயன் அவர்களை முதலில் பங்களூரில் சந்தித்தேன். எப்படி? செய்தித்தாள்கள் மூலமாக இண்டியன் எக்ஸ்பிரஸ் நாளிதழ் அவர் 'டிஜிபி க்ரைம்' ஆக இருக்கும்போது, அவருடைய பல்வேறு தீரச் செயல்களை முதல் பக்கத்தில் அவ்வப்போது பிரசுரித்துக் கொண்டிருந்தது. அவர் எப்படி முழு மூச்சாக நகரத்தின் அத்தனை பாவச் செயல்களையும் நீக்க முயற்சி செய்து பல்வேறு டூரிஸ்டுகளின், இளைஞர்களின் ரகசிய ஆசைகளைப் பாழ் பண்ணிக் கொண்டிருக்கிறார் என்று கதை போல வரும். இந்தச் செய்திகளில் கார்த்திகேயன் ஏறக்குறைய தமிழ் சினிமா கதாநாயகன் மாதிரி மாறு வேஷம் போட்டுக் கொண்டு கடைசி முக்கியமான கட்டங்களில் 'காபரே'க்களைக் கலைத்தும், விபச்சாரங்களைத் தடுத்தும் செய்தியாளர்களின் சொர்க்க பூமியாக இருந்தார்.

இந்தக் கதைகளில் சற்று மிகை இருந்தாலும் ஆதாரமாக கார்த்திகேயன் அந்த மாதிரி தீரச் செயல்களை அவ்வப்போது செய்து கொண்டிருந்தது என்னவோ நிஜம். பங்களூர் போன்ற நகரத்தைப் போலீஸ் செய்வது கொஞ்சம் விசித்திரமானது. அதை 'காஸ்மாபாலிட்டன்' நகரம் என்று இங்கிலீஷில் நாசூக்காகச் சொல்வார்கள். அதற்கு அர்த்தம் இங்கு எல்லாப் பாவங்களும் உண்டு என்பதே.

மற்ற மாநிலங்கள் மதுவிலக்கைப் பற்றி அடிக்கடி மனசு மாறிக் கொண்டிருந்தாலும் பங்களூர் மனசு மாறுவதே இல்லை. சதா

சர்வ காலமும் குடித்துக் கொண்டே இருக்கலாம். அதனுடன் குதிரைப் பந்தயமும் பம்பாய்ப் பணமும் சேர்ந்து விட, அங்கங்கே சந்து சந்தாக ஓட்டல்களும் நடு ராத்திரி இட்லி கடைகளும் இருட்டுக்குள் பதுங்கிப் பதுங்கி ஊடாடக் கூடிய ஆட்டோக் களும் தரகர்களுமாக பங்களூர் நகரத்தின் இரவு வேஷம் தனிப் பட்டது. இந்தச் சூழ்நிலையில் கோவை விவசாயக் குடும்பத்தில் வளர்ந்த ஒரு ஐ.பி.எஸ். ஆபிஸர் தனிப்பட்ட ஒரு யுத்தமே நடத்தினார். 'காபரே பாருங்கள். ஆனால், இதற்கு மேல் ஐ.பி.ஸி. அனுமதிக்காது. பார்க்க வேண்டாம்' என்றார். விபச் சாரம், போதைப் பொருள் ஆகியவை மீது சளைக்காமல் தாக்கு தல் நடத்தினார்.

இம்மாதிரி இவரைப் பற்றிய செய்திகள் தான் வருமே தவிர, போட்டோ வராது. அதனால் அவரைச் சந்திப்பதற்கு முன் அவரைப் பற்றிய ஒரு விதமான பயமே என் மனதில் இருந்தது. கிட்டப் போனால் என் கதைகளைப் பற்றிக் கொஞ்சம் தீவிரமாக விசாரித்து வாங்க உள்ள வாங்க என்று கூப்பிட்டு விடுவாரோ என்ற பயம். சின்ன வயசில் சீரங்கத்தில் நான் விஷமம் செய்தால் பாட்டி 'போலீஸ்காரன்கிட்ட பிடிச்சுக் கொடுத்துடுவேன்' என்று என் ஜீன்களிலேயே போலீஸ் பயத்தை விதைத்திருந்தாள். ஆகவே, போலீஸ்காரர்களுடன் அதுவரை எனக்கு உறவு அத் தனை சுமூகமாக இருந்ததில்லை. ஒரு தடவை லைட் இல்லாமல் போனதற்காக தெற்கு வாசலில் ஒரு போலீஸ்காரர் என்னை நிறுத்தி காற்றைப் பிடுங்கி விட்டதுடன் டில்லியில் ஒரு முறை ஒன் வேயில் எதிர்பக்கத்தில் உற்சாகமாகச் சென்று பிடி பட்டதுடன் போலீஸுடன் என் சம்பந்தங்கள் சரி. போலீஸைப் பற்றி எழுதிய கதைகள் எல்லாம் புத்தக ஞானம்.

கார்த்திகேயனை முதலில் எனக்கு அறிமுகப்படுத்தி வைத்த என் நண்பரும் எழுத்தாளருமான ரவிச்சந்திரன். அவரும் கோய முத்தூர்காரர்தான்.

பங்களூர் இன்ஃபண்ட்ரி ரோடில் அவருடைய அலுவலகத் துக்குப் போனபோது எனக்கு ஏமாற்றமாக இருந்தது. கார்த்தி கேயன் பழுவேட்டரையர் மீசையும் உரத்த குரலுமாக இருப்பார் என்று எதிர்பார்த்தேன். பதிலாக, கண்களும் ஒத்துழைத்துப் புன்னகைக்கும் இளைஞர். ''வாங்க வாங்க'' என்று சினேகமான குரலில் அலுவலகத்தின் வாயிலில் அத்தனை பேர் காத்திருக்க, அவர் நம்மைத் தேர்ந்தெடுத்து உள்ளே அழைத்து நிறையப்

பேசினார். அப்போது துவங்கிய நட்பு அவருடைய குடும்பத்துடன் அறிமுகம் ஏற்பட்டு, பல்வேறு கட்டங்களில் இயல்பாக வளர்ந்தது. கார்த்திகேயனின் அலுவலக முன்னேற்றங்களையும் அவருடைய சிக்கல்களையும் ஏதோ ஒரு விதத்தில் எனக்கு நிகழ்வதுபோல் பகிர்ந்து கொண்டு கவலைப்படவோ சந்தோஷப்படவோ முடிந்தது. அதற்குக் காரணம் அவர் தமிழர், மிக மிக நேர்மையான திறமையான போலீஸ் ஆபீஸர் என்பதால் மட்டும் இல்லை. கர்வமில்லாத இனிய நண்பர் என்பதால்.

அந்த பங்களூர் தினங்களில் அவருடன் அதிகம் பழகினேன். கல்கி கிரைம் சிறப்பிதழுக்காக அவரைப் பேட்டி கண்டபோது போலீஸ் அமைப்பு பற்றி அதன் சமூகப் பொறுப்புக்களைப் பற்றி தன் ஆழ்ந்த கருத்துக்களைத் தெரிவித்தார். என்னை அவருடைய பல்வேறு 'ரெய்டு'களுக்கு உடன் அழைத்துச் சென்றார். சிக்பேட்டையில் இருட்டில் இரானியர்கள் கஞ்சா அடிப்பதையும் மாடியில் அவரைக் கண்டதும் குதித்துக் குதித்து இளம் பங்களூர் பதிவிரதைகள் ஓடியதையும், அவர் அலுவலகத்துக்கு வரும் வினோதமான கடிதங்களையும் அவர் பார்த்த வினோதமான தற்கொலைகளையும் தற்கொலைக் குறிப்புக்களையும் கொலைகளையும் துப்பாக்கி பிரயோகங்களையும் ஒருவாறு நேர்முகமான பரிச்சயம் ஏற்பட்டபோது, எனக்கு 'நிஜப் போலீஸ்' என்பது என்ன என்பது தெரிய வந்தது. அதன் பரிமாண விஸ்தாரங்கள் என் கண்களைத் திறந்தன என்று சொல்லலாம்.

அந்தப் பின்னணியில் 'வஸந்த கால குற்றங்கள்', 'இருள் வரும் நேரம்', 'கமிஷனருக்குக் கடிதம்' என்று மூன்று நாவல்கள் எழுத முடிந்தது.

'கார்த்திகேயன், ஜெயிலை ஒரு முறை பார்க்க வேண்டும்' என்றேன்.

'வாங்களேன் மூணு நாள் இருங்களேன்' என்றார்.

நான் அத்தனை விஸ்தாரமாக அனுபவிக்க விரும்பவில்லை என்றதும், ஒரு மூணு மணி நேரம் சென்ட்ரல் ஜெயிலுக்கு அவரே அழைத்துச் சென்று சூப்ரண்ட்ன்ட்டை அறிமுகப்படுத்தினார். ஜெயில் என்பதன் சமூகக் காரணங்கள் எனக்குப் புரியாமல் போனது. ஆனால், அதில் போலீஸாருக்கு இருக்கும் தர்ம சங்கடமான நிலை புரிந்தது. அதுபோல் உப்பார்பேட்டை போலீஸ் நிலையத்தில் ஒரு நாள் முழுவதும் கழித்தேன். ஒரு

நிஜப் போலீஸ் நிலையம் ஹிந்தி சினிமாவிலிருந்து எத்தனை வேறுபட்டது என்பது தெரிந்தது.

கார்த்திகேயன் ஒரு பிரச்னையை அணுகும் முறையையும் என்னால் கவனிக்க முடிந்தது. எங்கள் தொழிற்சாலையில் ஒரு ஸ்டிரைக் நடந்தது. தொழிலாளிகள் உள்ளே வந்து அங்கங்கே உட்கார்ந்து கொண்டு உற்பத்தி தடங்கல் செய்தார்கள். கார்த்தி கேயன் அழைக்கப்பட்டார்.

அவர் எங்கள் அட்மின் ஆபீசரிடம் ''மிஸ்டர் ரெட்டி, இந்தக் கூட்டத்தைத் தடியடிப் பிரயோகம் செய்து கலைப்பது ரொம்ப சுலபம். நீங்கள் சொல்லுங்கள் செய்கிறேன். ஆனால், வன் முறையைப் பயன்படுத்தி நீக்கினால் உங்கள் பிரச்னை இன்னும் சிக்கலாகி விடும். அவங்களுடன் பேசிப் பாருங்களேன். என்ன குறை என்று நான் பேசட்டுமா?' என்று அத்தனை கோபமுள்ள தொழிலாளர்களிடையே நடந்து சென்று பேசி, அவர்களைக் கலைந்து போகச் சொன்னார்.

மற்றொரு சந்தர்ப்பத்தில், அண்மையில் அவர் மல்லிகையில் இருக்கும்போது, என் நண்பர் (ஒரு கம்ப்யூட்டர் கம்பெனியின் மேனேஜிங் டைரக்டரின் மனைவி), தன் இரண்டு குழந்தை களுடன் திடீர் என்று வீட்டை விட்டு ஓடிப் போய் விட்டார். தேடிக் கண்டுபிடிக்க கார்த்திகேயனிடம் சொல்லி சென்னை போலீஸின் மேலிடத்தில் சொல்ல வேண்டிக் கொண்டார்.

கார்த்திகேயனுக்குப் போன் பண்ணும்போது, 'கண்டுபிடிச் சுரலாம். ஆனா உங்க நண்பர்கிட்ட சொல்லுங்க. கண்டுபிடிச் சதும் அந்தம்மா திரும்ப வந்து கணவன் கூட சேர்ற மாதிரி மரியாதையான, கௌரவமான சூழ்நிலையை அமைக்கும்படி சொல்லுங்க' என்றார்.

இந்த அணுகுமுறை எளிதானது. எல்லாப் பிரச்னைகளுக்கும் இரு பக்கங்கள் இருக்கின்றன. உண்மை இங்கே கொஞ்சம் அங்கே கொஞ்சம் இருக்கும். இந்த உண்மை சதவிகிதத்தைக் கண்டு பிடிப்பதில்தான் திறமை, சாகசம் என்பது போலீஸ் அதிகாரி களுக்கு மட்டும் அல்ல. வாழ்க்கைக்கே தேவை.

தம் இளம் மகள் காதலனுடன் ஓடிப் போவதைத் தடுக்கச் சொல்லி தந்தைகள் கண்ணீருடன் கார்த்திகேயனிடம் வரு வார்கள். அந்த இளம் பெண்களும் தந்தையர் தம்மை ரூமில் பூட்டி

வைத்திருப்பதாகக் கடிதம் எழுதுவார்கள். இதில் போலீஸ் யார் கட்சியை எடுக்க முடியும்? உண்மை என்பது தோட்டத்தில் கண்ணாமூச்சி காட்டும் வண்ணத்துப் பூச்சி போல. அதை எப்படித் துரத்துவது, யார் கட்சியை எடுத்துக் கொள்வது என்பது தான் அவர்களின் முக்கியமான 'மாரல் டிலம்மா' என்பேன்.

ஏனெனில், அவர்கள் பார்க்கும் கொலைகளும் கொள்ளைகளும் மூர்க்கங்களும் மனித நேயத்தை மறக்க அடித்து விடும். கார்த்திகேயன் கர்நாடக போலீஸில் பதவி உயர்வு பெற்று டி.ஐ.ஜி. பொலிடிக்கல் இண்டெலிஜென்ஸ் என்று அந்தக் கால முதலமைச்சருக்கு மிக அருகே கொண்டு வரப்பட்டார். அவருடைய தீரச் செயல்களைப் புகழ்ந்த அதே செய்தித்தாள்கள், இப்போது அவர்களுடைய முதலாளிகளின் கொள்கை மாற்றத் துக்கு ஏற்றவாறு, நாட்டின் மன மாற்றத்துக்கு ஏற்றவாறு, எதிர்க் கட்சியை சப்போர்ட் பண்ணும்போது, கார்த்திகேயன்தான் முதலமைச்சருக்கு அத்தனை தீர்மானங்களும் எடுக்கிறார் என்று கதை கட்டிவிட, அரசு மாறி ஜனதா ஆட்சி வந்த போது, ஹெக்டே பதவிப் பிரமாணம் எடுத்துக் கொண்டு செய்த முதல் காரியம், கார்த்திகேயனை அஞ்ஞாத வாசத்துக்கு சென்ன பட்ணாவுக்கு மாற்றியதே.

அதைப் பற்றி அவரிடம் போனில் பேசிய போது, இதெல்லாம் சகஜங்க என்று சொன்னாரே தவிர, ஹெக்டேயைப் பற்றி ஒரு விதமான அவ வார்த்தை பேசவில்லை. ஆனால், 'அகலாது அணுகாது தீக்காய்வார் போல்க இகல்வேந்தர்ச் சேர்ந்தொழுகு வார்' என்கிற குறளை கார்த்திகேயன் கடைப்பிடித்தாலும், குண்டுராவ் கடைப்பிடிக்காமல் அவர் மிக அருகில் சேர்த்துக் கொண்டதால் ஒருவாறு தீய்க்கப்பட்டார்.

கார்த்திகேயன் 'உனக்கு என்னைப் பிடிக்கவில்லை, நான் தூர விலகுகிறேன்' என்று வெகு தூரத்திற்குப் போய் விட்டார். ஆஸ்திரேலியாவுக்கு. அங்கிருந்தும் இவர் இந்திய தேயிலை, இந்திய நட்புறவு இவைகளுக்குச் செய்த உற்சாகமான காரியங் களை அவ்வப்போது அவர் அனுப்பி வைத்த பேப்பர் கட்டிங்கு களில் அறிந்து கொள்வேன். பின்னர் கார்த்திகேயன் இந்தியா திரும்பி வந்து CRPFல், ஐ.ஜி. பதவி ஏற்றபோது ஹைதராபாத்தில் வேறு வாழ்க்கை அவருக்குத் துவங்கியது. நாடு தழுவிய அமைதிக் காவல். இது மற்றொரு கத்தி நடை என்று சொல் வேன். அவ்வப்போது போன் பேசும்போது, 'இப்பதாங்க

காஷ்மீர் போய் விட்டுப் போன வாரம் அஸ்ஸாம், திரிபுரா போயிருந்தேனா, அப்புறம் பஞ்சாப் போய்விட்டு ஜாஃப்னா போனங்க' என்று எங்கெங்கே குண்டுகள் வெடித்துக் கொண்டிருக்கின்றனவோ அங்கங்கே விஜயம்!

'கார்த்திகேயன் பயமா இல்லையா? எனக்கு இதை போன்ல கேக்கறப்பவே பயமா இருக்குதே' என்றால், 'நம்பிக்கை வேணுங்க. கடவுள் நமக்கு தோ ஒரு மிஷன் வெச்சிருக்கார்ங் கறதில தீவிரமான நம்பிக்கை வேணுங்க, பயப்படறதுக்கு அவகாசம் இல்லைங்க' என்பார். கடவுள் பக்தி உள்ளவர். அத்தனை சாமியார்களையும், அத்தனை ஜோஸ்யர்களையும் பார்க்கிறவர். அதில் நம்பிக்கை இருக்கிறதா, நாடி ஜோஸ்யம் போன்றவற்றிலா என்று கேட்டால், அந்தப் புன்னகையில் மழுப்பி விடுவார். கார்த்திகேயனின் மிகப் பெரிய சவால் ராஜீவின் கொலை வழக்கை விசாரித்தது.

மல்லிகையில் அவருக்கு அதன் உச்சக்கட்டத்தில் வந்த ஆயிரக் கணக்கான கடிதங்களையும் போன் கால்களையும் வடிகட்டி அதிலிருந்து பதம் பிரிப்பதில், பகுத்தறிவை இழந்து விடும் அளவுக்கு அத்தனை தூரம் சிக்கலான சதி. உலகத்தின் கவனத்தைக் கவர்ந்த கேஸ் அது. கார்த்திகேயன் அந்த விசா ரணையை அணுகிய முறை பற்றி ஒரு மேன்யுவலே எழுதலாம்.

ஒரே சமயம் சிவராசனை மங்களூரிலிருந்து அஸ்ஸாம் வரை பார்த்ததாகக் கடிதங்கள் வர படிப்படியாக அவர்கள் சென்ற பாதைகளைச் சில சமயம் அரை மணியே வித்தியாசத்தில் தொடர்ந்து அவர்களைக் கடைசியில் பங்களூரின் வெளிப் புறத்தில் ஒரு தனிப்பட்ட வீட்டில் மடக்கிய அந்தச் சாதனை நவீன போலீஸ் சகாப்தத்தில் ஒரு மைல் கல் என்று சொல்லலாம். கடைசியில் டில்லிக்காரர்கள் கொஞ்சம் லொள்ளுப் பண்ணி விட்டார்கள். இல்லையென்றால் உயிரோடு பிடித்திருப்பார். அதில்தான் கொஞ்சம் அவருக்கு வருத்தம். அல்லது மறுபடியும் புன்னகை. அதையும் அந்தப் புன்னகையில் மறைத்துக் கொண்டு காரியங்களைப் பார்க்கிறார்.

இந்த விழாவின் அழைப்பிதழில் கார்த்திகேயனின் வாழ்க்கை குறிப்புகள் இருக்கின்றன. அந்தக் குறிப்புகளில் இல்லாத விஷயங்கள் பல. மனித நேயம், தீவிரமான கடவுள் பக்தி, அருமையான மனைவி மக்கள். அவர்களின் கல்வி, ஊர் மாற்ற

லாகி கல்வியில் பாதிப்பு, அபாயகரமான உத்தியோகத்திற்குக் கணவன் சென்றிருக்க, மனைவிக்கு வீட்டில் இருக்கும் டென்ஷன், ஓர் உயர்மட்ட போலீஸ் அதிகாரியின் கண் முன்னே ஓடும் வாழ்க்கை என்னும் மகாநதி... இதையெல்லாம் அந்தக் குறிப்புகளில் சொல்ல முடியாது.

ஒரு போலீஸ் அதிகாரியின் நிலைமை இந்த நாட்டில் மிக வினோதமானது. சினிமாக்களில் சுதந்தரமாக அவர்களைக் கேலி செய்கிறோம். கொடுமைக்காரர்களாக, கோமாளிகளாக, சின்ன கோபத்துக்கெல்லாம் பெல்ட்டை உருவுகிறவர்களாகக் காட்டு கிறோம். அவர்களைப் பற்றியும் அவர்களின் உண்மையான பிரச்னைகளையும் பற்றி அறிந்த மக்களுக்கு உறுத்துவது அவர் களுக்குக் கொடுக்கப்பட்ட அத்தாரிட்டி அதிகாரம் மட்டும்தான். அதனுடன் சேர்ந்த பொறுப்பைப் பலர் மறக்கிறார்கள் (சில போலீஸ் அதிகாரிகள் உட்பட). CRPFஐ எடுத்துக் கொள்ளுங்கள். அரசியல்வாதிகள் குளறுபடி பண்ண அத்தனை பிரச்னைகளை யும் வீங்க வைத்து வெடிக்கும் வரை கொண்டு வந்துவிட்டு, CRPFஐ ஒரு விதமான கடைசி ஆயுதமாகப் பிரயோகிக்கிறார்கள். ராம ஜன்ம பூமி ஓர் உதாரணம்.

ஆள் போதாது. சம்பளம் போதாது. இந்தச் சூழ்நிலையில் அவர் களுக்கு ஆயுதங்களையும் அதிகாரங்களையும் கொடுத்துவிட்டு, நாள் கணக்காக மந்திரிகளுக்காக வெயிலில் காவலில் நில் என்று பணித்தால், சில இடங்களில் சில விவகாரங்கள், சிதம்பரம் போல வெடிக்கத்தான் செய்கின்றன. அந்த விகாரங்கள் ஏற்படும்போது போலீஸின் உண்மையான சேவை மறைக்கப் படுகிறது. மறக்கப்படுகிறது. மறுக்கப்படுகிறது.

கார்த்திகேயன் போன்ற உதாரண ஆபீஸர்கள்தான் இந்த நிலைமையை மாற்றக்கூடியவர்கள். இவரைப் பாராட்டி விருது கொடுக்கும்போது, இவர்போல தம் கடமையைச் செய்யும் ஆயிரக்கணக்கான அதிகாரிகளையும் ஒருமித்துப் பாராட்டு கிறோம். அந்த ஒரு காரணத்துக்காகத்தான் கார்த்திகேயன் இந்த விருதைப் பெற்றுக் கொள்ளச் சம்மதித்திருப்பார் என்பது நிச்சயம். நன்றி, வணக்கம்.